இந்திய சூஃபிகள் வரிசை

ஷாஹ் வலியுல்லாஹ்

இந்திய சூஃபிகள் வரிசை

1. நிஜாமுத்தீன் அவ்லியா
2. குணங்குடி மஸ்தான் சாஹிப்
3. தாஜுத்தீன் பாபா
4. யாஸீன் மௌலானா நாயகம்
5. ஹஸ்ரத் ஆஸாத் ரஸூல்
6. தஃப்லே ஆலம் பாதுஷா

இந்திய சூஃபிகள் வரிசை

ஷாஹ் வலியுல்லாஹ்

நாகூர் ரூமி

ஷாஹ் வலியுல்லாஹ் : இந்திய சூஃபிகள் வரிசை
Shah Waliullah : Indiya Sufigal Varisai
Nagore Rumi ©

First Edition: December 2023
112 Pages
Printed in India.

ISBN: 978-93-90958-94-8
Kizhakku - 1342

Kizhakku Pathippagam
177/103, First Floor, Ambal's Building, Lloyds Road,
Royapettah, Chennai - 600 014. Ph: +91-44-4200-9603
Email : support@nhm.in   Website : www.nhm.in

🅕 kizhakkupathippagam ✖ kizhakku_nhm

Author's Email: ruminagore@gmail.com

All illustrations, photos and images are for informational purposes only and are copyrighted by their respective owners.

Kizhakku Pathippagam is an imprint of New Horizon Media Private Limited

The views and opinions expressed in this book are the author's own and the facts are as reported by the author, and the publishers are not in any way liable for the same.

All rights reserved. No part of this publication may be reproduced, stored in a retrieval system, or transmitted, in any form or by any means, electronic, mechanical, photocopying, recording or otherwise, without the prior permission of the publishers.

சமர்ப்பணம்

ஷாஹ் வலியுல்லாஹ்வின் பரம்பரையில் வந்த
மறைந்த என் பாட்டனார் ஷரீஃப் பெய்க்,
மறைந்த என் பாட்டியார் செல்லம்,
என்னை வளர்த்த அன்னை ஜெஜிமா சின்னம்மா
ஆகியோருக்கு

பொருளடக்கம்

	விருட்சத்தைப்பற்றி கிளை சொல்வது	...	09
1.	ஷாஹ் வலியுல்லாஹ்வின் முன்னோர்கள்	...	13
2.	ஷாஹ் வலியுல்லாஹ்வின் பிறப்பும் வளர்ப்பும்	...	26
3.	கல்வியும் திருமணமும்	...	30
4.	ரஹீமிய்யாப்பள்ளி	...	37
5.	புனிதப்பயண அனுபவங்கள்	...	40
6.	சீர்திருத்தங்களும் சேவைகளும்	...	53
7.	ஷாஹ் வலியுல்லாஹ் என்ற சூஃபி	...	71
8.	தினசரி வாழ்க்கையும் இறுதி நாட்களும்	...	75
9.	ஷாஹ் வலியுல்லாஹ்வின் படைப்புலகம்	...	79
10.	ஷாஹ்வலியுல்லாஹ்வின் மார்க்கச் சேவைகள்	...	99
11.	சில்சிலா எனப்படும் குடும்பத்தொடர்	...	103
	உதவிய நூல்கள் மற்றும் கட்டுரைகள்	...	105

விருட்சத்தைப்பற்றி கிளை சொல்வது

ஒருவர் ஞானியாக இருப்பார். இன்னொருவர் மார்க்க அறிஞராக மட்டும் இருப்பார். ஞானமென்பது அறிவுக்கு மேலே இருப்பது; அறிவைவிட உயர்ந்தது என்பதே ஞானிகளின் அனுபவத்தில் கிடைத்த உண்மையாகும். அவர்களிடம் இருந்தது பேரறிவு என்று வேண்டுமானால் சொல்லலாம். இஸ்லாமிய ஆன்மிக உலகம் அதை 'இல்ம்-எ-லதுன்னி' என்று கூறுகிறது. 'இறைவனிடமிருந்து நேரடியாகக் கிடைக்கும் அறிவு' என்று அதைச்சொல்லலாம்.

அந்த வகையில் பேரறிஞராகவும் பெரும் ஞானியாகவும் இருந்த சிலரில் ஷாஹ் வலியுல்லாஹ்வும் ஒருவர். அவரது வாழ்க்கை வரலாற்றை எழுதுவதில் எனக்கு தனிப்பட்ட சந்தோஷம் இருக்கிறது.

ஏனெனில் நாங்களெல்லாம் அவரது வம்சாவளியில் வருகிறோம் என்றும், தன்னை ஷாஹ் வலியுல்லாஹ்வின் பௌத்ரி என்றும் என் பெரியம்மா சித்தி ஜுனைதா பேகம், தான் எழுதிய ஒவ்வொரு புத்தகத்திலும் தவறாமல் முன் அட்டையிலேயே குறிப்பிடுவார்.

அப்படி அவர் விடாப்பிடியாகக் குறிப்பிட்டதற்கு ஒரு காரணமுள்ளது. ஏனெனில் ஷாஹ் வலியுல்லாஹ் மூலமாக வந்த அந்தப் பாரம்பரியத்தொடர் பற்றிய சில்சிலா எனும் குறிப்பு ஏட்டை என் பெரியம்மாவின் சகோதரர் முஜீன் பெய்க் எடுத்துச்

சென்றார் எனவும், பின்னர் அது கிடைக்கவில்லை என்பதாலும், திரும்பத் திரும்ப மறக்காமல் என் பெரியம்மா, தான் ஷாஹ் வலியுல்லாஹ்வின் பௌத்ரி என்பதைத் தனது நூல்களில் பதிவு செய்யத் தவறியதில்லை. தமிழில் முதன் முதலில் நாவல் எழுதிய முஸ்லிம் பெண்மணி என் பெரியம்மா சித்தி ஜுனைதா பேகம்தான். (அவர் எழுதிய ஒரு நூலின் அட்டையில் இதுபற்றி அவர் குறிப்பிட்டிருப்பதை இணைத்துள்ளேன், பார்க்கவும்).

நான் ஆராய்ந்த வகையில் என் தாய்வழித்தாத்தா மூலமாகத்தான் நாங்கள் ஷாஹ் வலியுல்லாஹ்வின் பரம்பரையோடு போய்ச்சேருகிறோம். ஏனெனில் என் தாத்தா ஷெரிஃப் பெய்க் அவர்களின் தந்தையார் உத்தரப்பிரதேசத்தில் பிறந்தவர் என்று தாத்தாவின் பாஸ்போர்ட் கூறுகிறது. நான் பள்ளிக்கூடத்தில் படித்துக்கொண்டிருந்த காலத்தில் அவ்வப்போது 'பெய்க்' என்ற பெயர்கொண்ட சில வடநாட்டுக்காரர்கள் என் தாத்தாவைப் பார்க்க வருவார்கள்.

இதெல்லாம்தான் ஷாஹ் வலியுல்லாஹ்வின் பரம்பரையில் நாங்கள் வருகிறோம் என்பதற்கான குறிப்புகளாக என்நினைவில் இன்றுவரை உள்ளன.

ஷாஹ் வலியுல்லாஹ் எழுதிய புத்தகங்களின் எண்ணிக்கையும், விஷயங்களின் கனமும் அதிகமானது. இந்த நூலின் பக்கங்களில் ஷாஹ் வலியுல்லாஹ்வைப் பற்றிய ஓர் ஆர்வத்தை மட்டுமே படிப்பவர்கள் மத்தியில் என்னால் தூண்ட முடியும். ஆனால் அதுபோதும் என்றே நினைக்கிறேன்.

ஞானியும் பேரறிஞருமான இமாம் கஸ்ஸாலி அவர்களை எப்படி இஸ்லாமிய உலகம் கொண்டாடுகிறதோ அதேபோலக் கொண்டாடவேண்டிய பேரறிஞரும் ஞானியுமாவார் ஷாஹ் வலியுல்லாஹ். என்னால் முடிந்தவரை அந்த வாழ்வுக்கு நியாயம் செய்ய முயற்சித்திருக்கிறேன். இந்த நூலின் மூலமாக எங்கள் பாட்டனாரின் பிரார்த்தனையும் அன்பும் எனக்குக் கிடைக்கும் என்று நம்புகிறேன்.

வழக்கம்போல அழகிய முறையில் இந்திய சூஃபிகள் வரிசை நூல்களில் ஒன்றாக இதைக்கொண்டு வரும் கிழக்கு பதிப்பகத்துக்கும், நண்பர் பத்ரி அவர்களுக்கும், நண்பர் மருதன் அவர்களுக்கும், சகோதரி வைதேகி அவர்களுக்கும் என் மனமார்ந்த நன்றிகள்.

அன்புடன்
நாகூர் ரூமி
31 அக்டோபர், 2023

1

ஷாஹ் வலியுல்லாஹ்வின் முன்னோர்கள்

ஷாஹ்வலியுல்லாஹ் வாழ்ந்த காலகட்டம் முஸ்லிம்களின் ஆட்சியும் அதிகாரமும் ஒரு முடிவை நோக்கி விரைந்துகொண்டிருந்த 18ம் நூற்றாண்டு. அதோடு, ஷியா மற்றும் சுன்னத் ஜமா'அத் பிரிவுகளுக்கிடையேயான பகை உச்சநிலையை எட்டிக்கொண்டிருந்தது. 'தஸவ்வுஃப்' எனப்படும் இஸ்லாமிய ஆன்மிகம் சூஃபிகள் அடக்கம் செய்யப்பட்டிருந்த தர்காக்களுக்கு விஜயம் செய்வதாக மட்டும் மாறிவிட்டிருந்தது. இவற்றுக்கெல்லாம் தக்க முறையில் ஷாஹ் வலியுல்லாஹ் எதிர்வினையாற்றினார்.

ஹைதராபாத்திலும் பாகிஸ்தானிலுள்ள சிந்த் பகுதியிலும் ஷாஹ் வலியுல்லாஹ் பற்றி விரிவான ஆராய்ச்சிக்கு வழிசெய்யப் பட்டுள்ளது. சிந்தி மற்றும் உர்து மொழிகளில் அவரைப்பற்றிய விரிவான ஆராய்ச்சிகள் செய்யப்பட்டுள்ளன. அவரது பல நூல்கள் பல அறிஞர்களால் ஆங்கிலத்திலும் மொழிபெயர்க்கப் பட்டுள்ளன.

ஷாஹ் வலியுல்லாஹ் போன்ற அறிஞர்களுடைய வாழ்க்கையைத் தெரிந்துகொள்ளாவிட்டால் இஸ்லாத்தைச்

சரியாகப் புரிந்துகொள்ள முடியாது என்று கூறுகிறார் அவரது வாழ்க்கை வரலாற்றை எழுதிய மஸ்தார். கத்தி வேண்டாம். எனக்கு ஊசி கொடுங்கள். கத்தி வெட்டக்கூடியது. ஊசி சேர்க்கக்கூடியது என்றார் ஞானி ஃபரீதுத்தீன். தன் சிந்தனையாலும், எழுத்தாலும், தான் நடத்திய ரஹீமிய்யா பள்ளியாலும் இஸ்லாத்தின் எதிரிகளுக்குக் கத்தியாகவும், ஆதரவாளர்களுக்கு ஊசியாகவும் இருந்தார் ஷாஹ் வலியுல்லாஹ்.

இந்த ஞானிகளுடைய தவ மடங்களிலிருந்துதான் உர்து உருவானது. இஸ்லாம் இந்தியாவில் தன் சுயத்தன்மையை இழந்துவிடாமல் இருக்க உதவியவர்களில் ஷாஹ் வலியுல்லாஹ்வும் ஒருவர் என்கிறார்கள் வாழ்க்கை வரலாற்று ஆசிரியர்கள் ஜல்பானியும் மஸ்தாரும்.

முன்னோர்கள்

அப்பா வழியில் இஸ்லாத்தின் இரண்டாம் கலீஃபா ஹஸ்ரத் உமர் அவர்கள் பரம்பரையிலும், அம்மா வழியில் இஸ்லாத்தின் நான்காம் கலீஃபா ஹஸ்ரத் அலீ அவர்கள் பரம்பரையிலும் ஷாஹ் வலியுல்லாஹ் வருகிறார்.

அவரது குடும்பம் பாரம்பரியமாக ஈரானிலிருந்து வந்தது என்றும், அங்கே அவர்களுக்குக் கொஞ்சம் நிலம் இருந்தது என்றும் சொல்லப்படுகிறது. அவர்கள் குடும்பத்தினருக்கு மரியாதைக்குரிய சமூக அந்தஸ்து இருந்தது என்பதையும் புரிந்துகொள்ள முடிகிறது.

ஷெய்கு ஷம்ஸுத்தீன்

ஷாஹ் வலியுல்லாஹ்வின் முன்னோர்களில் ஷெய்கு ஷம்ஸுத்தீன் முஃப்தி என்பவர்தான் ஆரம்பக் காலத்திலேயே இந்தியாவுக்கு வந்து சேர்ந்தவர் என்றும், டெல்லியிலிருந்து ஒரு முப்பது மைல் தொலைவிலிருந்த ரோஷ்தக் அல்லது ரோஹ்தக் என்ற ஊரில் வசித்தார் எனவும் தகவல் உள்ளது. அந்த ஊரில் குடியேறிய முதல் குறைஷிக்குலத்தவர் அவர்தான் என்றும் ஷாஹ் வலியுல்லாஹ்வின் குறிப்புகளிலிருந்து தெரிந்துகொள்ள முடிகிறது.

அந்தக் காலத்தில் டெல்லியைவிட ரோஷ்தக் நகர்தான் பிரபலமானதாகவும், வசதியானதாகவும், அதிகமான மக்கள் வசித்த ஊராகவும் இருந்துள்ளது. டெல்லிக்குப்போகும் வழியில் அது இருந்தது. வெளிநாட்டிலிருந்து இந்தியாவுக்கு வருபவர்கள் முதலில் இந்நகருக்குத்தான் வரவேண்டியிருந்தது. காலம் செல்லச்செல்ல அதன் செழுமையும் அருமையும் குறைந்துபோனது.

ரோஷ்தக் நகரில் நபிகள் நாயகத்தின் குடும்பமான குறைஷிக்குலத்தைச் சேர்ந்த பல குடும்பங்கள் வசித்து வந்தன. அங்கே ஒரு பள்ளியை நிறுவி அங்கே திருமறை, திருநபிவாக்கு முதலியவற்றை ஷெய்கு ஷம்சுத்தீன் கற்பித்தார். அவரிடம் மார்க்க அறிவுக்காகவும் ஆன்மிக வழிகாட்டுதலுக்காகவும் பலர் வந்தனர். சிறந்த மார்க்க அறிஞராக இருந்த அவருக்கு மிகுந்த மரியாதையும், அவரது சொல்லுக்கு மதிப்பும் இருந்தது. பரவலாக அறியப்பட்ட, ஏற்றுக்கொள்ளப்பட்ட அந்த ஊரின் முஃப்தியாக (நீதிபதியாக) அவர் இருந்தார். அவர் வாழ்ந்த காலம் முழுவதும் அவருக்கு அந்த மரியாதை கொடுக்கப் பட்டது.

அந்த மாதிரி பதவி, மரியாதை எதுவும் தனக்கு வேண்டாமென்று சொல்லி அவரது வழித்தோன்றல்களில் ஒருவரான மஹ்மூது என்பவர் அரசாங்க உத்தியோகத்தில் சேரும் வரை, அந்த மதிப்பும் மரியாதையும் ஷெய்கு ஷம்ஸுத்தீனின் இறப்புக்குப் பிறகும் அவருடைய குடும்பத்தாருக்குக் கொடுக்கப்பட்டு வந்தது.

ஷெய்கு ஷம்ஸுத்தீன் தன் வாழ்நாளில் பல அற்புதங்களை நிகழ்த்தியதாகவும், அவரது இறப்பில்கூட ஓர் அற்புதம் நிகழ்ந்ததாகவும் ஷாஹ் வலியுல்லாஹ்வின் படைப்புகள் சிலவற்றிலிருந்து அறிந்துகொள்ள முடிகிறது. தான் இறந்ததும், தன்னைக் குளிப்பாட்டி, சவப்பெட்டிக்குள் வைத்து பள்ளிவாசலுக்கு எடுத்துச்சென்று, இறந்தவருக்கான தொழுகையை நிறைவேற்றிய பிறகு, அங்கே தான் அமர்ந்து தியானம் செய்யும் இடத்தில் தனது சவப்பெட்டியை வைத்து விட்டுச்செல்லுமாறு அவர் கூறியிருந்தார். அவ்விதமே செய்யப்பட்டது. பின்னர் போய்ப்பார்க்கையில் அந்தப்பெட்டிக்குள் அவரது உடல் இல்லை!

அவருக்குப்பிறகு அவருடைய மகன், பேரன், கொள்ளுப்பேரன் என அவருடைய குடும்பத்தினர் முஃப்திகளாக இருந்தனர். அந்தக் காலகட்டத்தில் முஸ்லிம்களுடைய ஆட்சி இந்தியாவில் ஸ்திரமாகியிருந்தது. இந்தியா முழுவதும் முஸ்லிம் ஆட்சியாளர்களின் நிர்வாக அதிகாரிகள் நியமிக்கப்பட்டனர். ரோஷ்தக் நகரின் காஸி எனப்படும் நீதிபதியாகக் கொள்ளுப்பேரர் அப்துல் மாலிக் நியமிக்கப்பட்டார்.

இப்படியே அப்பதவி ஷெய்குமஹ்மூத் என்பவரின் காலம் வரை தொடர்ந்தது. ஆனால் அவர் காஸியாக இருக்க விரும்பாமல் ராணுவத்தில் சேர்ந்தார். அதோடு அவர் நபிகள் நாயகத்தின் குடும்பத்தில் வந்த அஃப்ரிதா என்ற பெண்ணை மணந்துகொண்டார். அவர்களுக்கு ஷெய்கு அஹ்மத் என்ற மகன் பிறந்தார். ஆனால் அவர் சின்னக்குழந்தையாக இருந்தபோதே அப்பா இறந்து போனார். ஷெய்கு அஹமதுக்கு ஷெய்கு மன்சூர், ஷெய்கு ஹுசைன் என்று இரண்டு மகன்கள்.

ஷெய்கு வஜிஹுத்தீன் ஷஹீத்

ஷெய்கு மன்சூரின் மகன் முஆஸம். ஷெய்கு முஆஸத்தின் ஒரு மகன் ஷெய்கு வஜிஹுத்தீன். இவர்தான் ஷாஹ் வலியுல்லாஹ்வின் தாத்தா ஆவார். முகலாயப் பேரரசர் ஷாஜஹானின் ராணுவத்தில் வஜிஹுத்தீன் பெரிய பதவியில் இருந்தார். அதேசமயம் ஒரு சூஃபியாகவும் இருந்தார். ஒவ்வொரு நாளும் திருமறையிலிருந்து இரண்டு அத்தியாயங் களை ஓதும் பழக்கம் கொண்டிருந்தார்.

போர்க்களத்தில்கூட அவர் தன் நல்லொழுக்கப் பண்புகளை விட்டதில்லை. அடுத்தவருடைய உணவை அனுமதியின்றி உண்ண மாட்டார். ஒருமுறை ஒரு போரில் தன் உணவுப் பையைத் தவறவிட்டுவிட்டார். ஆனால் யாரிடமும் எதுவும் கேட்காமல் பட்டினியாகவே இரண்டு மூன்று நாட்களைக் கழித்தார். உயிரே போனாலும் அடுத்தவரின் உடைமைகளை எடுக்கும் பழக்கம் அவரிடம் இல்லை. எப்போதும் அறவழி வாழ்ந்தார்.

குடியானவர்கள் வாழும் பகுதி என்று தெரிந்தால் அந்தப் பக்கமாகத் தன் குதிரையைக்கூட ஓட்டிக்கொண்டு போகமாட்டார்.

அவர்களுடைய பயிர்களுக்கு நாசம் விளைவித்து விடக்கூடாது என்பதில் கவனமாக இருந்தார்.

தன் தளபதி சையிதைக் கொல்லவந்த மூன்று வீரர்களை, மூன்று சந்தர்ப்பங்களில், எதிர்பாராத வகையில் பாய்ந்து கொன்று அவரைக் காப்பாற்றியிருக்கிறார் ஷெய்கு வஜீஹுத்தீன்.

மூன்றாவது நாள் வஜீஹுத்தீனைப் பார்க்க ஓர் அம்மா வந்தார். அவரால் கொல்லப்பட்ட மூன்று வீரர்களும் தன் மகன்கள்தான் என்றார். வீரத்தில் தன் மகன்களை யாராலும் வெல்ல முடியாதென்று நினைத்ததாகவும், இப்போது அது பொய்யாகிவிட்டதால் வஜீஹுத்தீனை தன் மகனாக்கிக்கொள்ள விரும்புவதாகவும் அந்த அம்மா கூறினாள். பாசத்தைவிட வீரம் பெரிதாகக் கருதப்பட்ட காலம் அது! அவரும் அதை ஏற்றுக்கொண்டு அடிக்கடி அந்தத் தாயைப்போய் சந்தித்துவிட்டு வருவார்.

வஜீஹுத்தீனின் மகனான ஷாஹ் அப்துர்ரஹீம் மூலம் இச்செய்தி நமக்குக் கிடைக்கிறது. அந்த அம்மா தன் உண்மையான பாட்டியல்ல என்று தெரியாமலே ஷாஹ் அப்துர்ரஹீம் அவரைப் பாட்டி என்று அழைத்தே வளர்ந்திருக்கிறார்.

ஆட்சிப்பீடத்துக்காக ஷாஜஹானுடைய மகன்களுக்குள் நடந்த போர்களில் வஜீஹுத்தீன் அவ்ரங்கசீபுடன் அவருக்கு ஆதரவாக இருந்தார். 1659-ம் ஆண்டு ஷாஹ் ஷுஜாவுக்கும் அவ்ரங்கசீபுக்கும் நடந்த போரில் ஷாஹ் ஷுஜா யானைகளைப் பயன்படுத்தினார். அவைகளைப் பார்த்துப் பல வீரர்கள் பயந்து ஓடுங்கினர். நான்கு வீரர்கள் மட்டுமே களத்தில் இருந்தனர். அதில் ஷெய்கு வஜீஹுத்தீன் ஒருவர்.

பாய்ந்து சென்று ஒரு யானையின் தந்தத்தைத் தன் வாளால் வெட்டி வீசினார். காயமுற்ற யானை பின்வாங்கிச் சென்று ஷாஹ் ஷுஜாவின் படையினரையே தாக்கியது. யானைக்கு ஏற்பட்ட திடீர்க் கோபத்தால் அவரது சேனை மிரண்டு குழம்பிப் போனது. அவ்ரங்கசீபின் வீரர்களுக்கு அது மிகவும் வசதியாகப் போனது.

அவ்ரங்கசீப் அப்போரில் வெற்றி பெற்றார். வஜீஹுத்தீனுக்குப் பதவி உயர்வு கொடுக்க விரும்பினார். ஆனால் அவர் அப்படியெல்லாம் எதுவும் தனக்கு வேண்டாம் என்று

மறுத்துவிட்டார். இந்நிகழ்ச்சி பற்றி ஷாஹ் வலியுல்லாஹ் தனது 'அன்ஃபாஸ்' என்ற நூலில் எழுதியுள்ளார்.

முதுமையில் முகலாய ராணுவத்திலிருந்து ஓய்வு பெற்ற ஷெய்கு வஜீஹு-த்தீனுக்கு ஓர் ஆசை இருந்தது. மார்க்கத்துக்காக உயிர்த் தியாகம் செய்தவர்களை, ஷஹீது என்று இஸ்லாம் கூறுகிறது. அத்தகையோரின் உடல்கள் மண்ணுக்குள் அரிக்கப்படாமல் அப்படியே இருக்கும் என்பது இஸ்லாமிய நம்பிக்கை மட்டுமல்ல, நிரூபிக்கப்பட்ட உண்மையும்கூட. அப்படியொரு உயிர்த் தியாகியாக தான் ஆகவேண்டுமென்று ஆசைப்பட்டார். அவரது அந்த ஆசையைப்பற்றி தன் தந்தையார் மூலமாக ஷாஹ் வலியுல்லாஹ் அறிந்துகொண்டார்.

ஷாஹ் வலியுல்லாஹ்

ஒருமுறை தஹஜ்ஜு-த் எனப்படும் அதிகாலைத் தொழுகையில் நெற்றியைத் தரையில் வைத்து சஜ்தா எனப்படும் நிலையில் இருந்த வஜீஹு-த்தீன் ரொம்பநேரமாகத் தலையை எடுக்கவே இல்லை. அவர் இறந்துவிட்டாரோ என்று அவரது மகன் ஷாஹ் அப்துர்ரஹீம் நினைத்தார். ஆனால் அவர் உயிரோடுதான் இருந்தார். பின்னர் அதுபற்றிக் கேட்டபோது, தன்னை மறந்த நிலையில் அப்போது இருந்ததாகவும், இஸ்லாத்துக்காக உயிர்த்தியாகம் செய்வதன் பின்னால் உள்ள நன்மைகளைப்பற்றி அப்போது அறிந்துகொண்டதாகவும், தானும் இஸ்லாத்துக்காக உயிர்த்தியாகம் செய்ய விரும்புவதாகவும் கூறினார். இறைவன் அவரது ஆசையை நிறைவேற்றினான்.

கொள்ளையடிப்பவர்களோடு நடந்த ஒரு சண்டையில் இருபதுக்கும் மேற்பட்ட வாள் வீச்சுக்காயங்களுடன் அவர் உயிர் துறந்தார். அவர் இறந்த நுன்பர்யா என்ற இடத்திலேயே ஷெய்கு வஜீஹு-த்தீன் அடக்கம் செய்யப்பட்டார். அவரது மகனான அப்துர்ரஹீம் எஞ்சியிருந்த அவரது உடலின் பாகங்களை டெல்லியில் கொண்டுபோய் அடக்கம்செய்ய விரும்பினார். ஆனால் அப்படிச் செய்யவேண்டாம், அங்கேயே என் உடல் இருக்கட்டும் என்று கனவில் வந்து ஷெய்கு வஜீஹு-த்தீன் தன் மகனிடம் கூறினார். எனவே அந்த எண்ணம் கைவிடப்பட்டது.

ஷெய்கு வஜீஹு-த்தீனுக்கு மூன்று மகன்கள். அபூ அல் ரிஸா முஹம்மத், ஷாஹ் அப்துர் ரஹீம், ஷெய்கு அப்துல் ஹகீம். நமது

நூலின் நாயகரான ஷாஹ் வலியுல்லாஹ் ஷாஹ் அப்துர் ரஹீமுடைய மகனாவார்.

ஃபுலாட்டைச் சேர்ந்த ஷெய்கு முஹம்மது

இவர் ஷாஹ் வலியுல்லாஹ்வின் தாய்வழிப் பாட்டனார் ஆவார். சுல்தான் சிக்கந்தர் லோடியின் காலத்தில் இவரது முன்னோர்கள் ஃபுலாட்டில் குடியேறினர். படிப்பை முடித்துவிட்டு ஆன்மிகப் பயிற்சிகளில் ஈடுபட்டார். யாரைச் சந்தித்தாலும் அவர்மீது ஒழுக்க ரீதியான ஒரு தாக்கத்தை இவர் ஏற்படுத்தினார். தன் தந்தை ஷாஹ் அப்துல் ரஹீம்மீது ஆசிரியர் என்ற முறையில் ஷெய்கு முஹம்மது மிகுந்த மரியாதை வைத்திருந்தார் என ஷாஹ் வலியுல்லாஹ் எழுதுகிறார். 1713ல் இவர் இறந்து போனார்.

ஷெய்கு அபூ ரஸா முஹம்மத்

இவர் ஷெய்கு வஜிஹுத்தீனுடைய மூத்த மகன். இவரைப்பற்றி உயர்வாகத் தனது 'அன்ஃபாஸுல் ஆரிஃபீன்' நூலில் 'ஆன்மிகப்பாதையின் தலைவர்' என்று இவரைப்பற்றி ஷாஹ் வலியுல்லாஹ் குறிப்பிட்டுள்ளார். தன்னோடு சிக்கனமாக வாழ்வதானால் வாழலாம், இல்லையெனில் நீ உன் பெற்றோரிடம் சென்றுவிடு என்று தன் மனைவியிடம் இவர் கூறினார். ஆனால் எவ்வளவு கஷ்டமாக இருந்தாலும் கணவரோடு இருக்கவே அவர் மனைவி பிரியப்பட்டார். பல நாட்கள் உணவின்றி ஷெய்கு அபூ ரஸா முஹம்மத் பட்டினியாக இருந்துள்ளார். கலீஃபா அலீ அவர்களையும் ஞானி ஷெய்கு அப்துல் காதிர் ஜீலானியையும் அவருக்கு ரொம்பப் பிடிக்கும். அவரைச் சந்திக்க பலமுறை சக்கரவர்த்தி அவ்ரங்கசீப் விரும்பியும் அவர் சந்திக்கவே இல்லை. ஆனால் ஏழையாக இருந்த எல்லாரையும் அவருக்கு மிகவும் பிடித்திருந்தது. அவர் ஓர் அறிவுக்களஞ்சியம் என்றும், சிறந்த பேச்சாளர் என்றும், புனிதமான இதயம் கொண்டவர் என்றும் ஷாஹ் வலியுல்லாஹ் வர்ணிக்கிறார்.

ரஸா முஹம்மத் உயரமாகவும், அதிகம் முடியில்லாத தாடியுடனும், நல்ல நிறத்துடனும் இருந்தார். எப்போதுமே மென்மையாகப் பேசினார். வெள்ளிக்கிழமை கூட்டுத் தொழுகையில் அவர் எப்போதுமே மார்க்கப் பிரசங்கம் செய்தார்.

வழக்கமாக மூன்று நபிமொழிகளைப் பாரசீகத்தில் எடுத்துரைத்து விளக்குவார். அவர் செய்யும் பிரார்த்தனைகளுக்குப் பதில் கிடைக்காமல் இருந்ததில்லை. அவர் எவ்வளவு புனிதமானவர் என்றும், அவர் நிகழ்த்திய அற்புதங்களைப்பற்றியும் ஷாஹ் வலியுல்லாஹ் குறிப்பிட்டார். பெருமானாரின் வழிமுறையைப் பின்பற்றுவதில் அவர் மிகவும் கவனம் செலுத்தினார். ஹிந்திக்கவிஞர்களின் பக்திப்பாடல்களை அவ்வப்போது மேற்கோள் காட்டினார். 1689ல் அவர் இறந்துபோனார்.

ஷாஹ் அப்துர்ரஹீம்

ஷாஹ் அப்துர்ரஹீம் 1642ல் பிறந்தார். தந்தையார் முகலாய ராணுவத்தில் பணியாற்றியதால் குழந்தைப் பருவத்திலேயே தந்தையாருடன் பல ஊர்களுக்கும் சென்று பார்க்கும் வாய்ப்பு அவருக்குக் கிடைத்தது. ஆரம்பக்காலக் கல்வியைத் தந்தை மற்றும் அண்ணனிடமிருந்து அவர் பெற்றார். ஆக்ராவில் காவல்துறையில் ஒரு தலைவராக இருந்த மிர்சா முஹம்மது ஜாஹித் ஹெராவி என்பவரிடமிருந்து உயர் கல்வியைக் கற்றார்.

அக்பராபாத்தைச் சேர்ந்த ஹாஃபிஸ் சையத் அப்துல்லாஹ், அப்துல் காசிம் அக்பராபாதி ஆகியோர் மூலம் அவருக்கு ஆன்மிக வழிகாட்டுதல் கிடைத்தது. க்வாஜா குர்த் என்பவரிடமும் அவ்வப்போது ஆன்மிகம் தொடர்பாகச் சில விஷயங்களைக் கேட்டுத் தெளிந்துகொள்வார். 'நீ சிறுபிள்ளையாக விளையாடிக் கொண்டிருந்தபோது ஒருநாள் நான் உன்னைப் பார்த்தேன். அப்போதே நீ என் சீடனாக வரவேண்டும் என்று இறைவனிடம் கேட்டுக்கொண்டேன். இறைவன் என் வேண்டுதலுக்குச் செவிசாய்த்துவிட்டான்' என்று ஒருமுறை ஹாஃபிஸ் கூறினார்.

திறமையான மாணவராக இருந்தபடியால் ஷாஹ் அப்துர்ரஹீம் விரைவாகவும் எளிதாகவும் கற்றுக் கொண்டார். அவருடைய வகுப்பு நண்பர்களுக்கு அது பொறாமையைக்கூட ஏற்படுத்தியது. அவரது ஆசிரியர் அவரை அழைத்து எப்போதாவது விருந்துகூட கொடுப்பார். மாணவராக இருந்த காலகட்டத்திலேயே சட்டம், பாரம்பரியம், நபிமொழி ஆகியவற்றில் விற்பன்னராக இருந்தார்.

படிக்கும் காலம் முடிந்தபின், அதைப் பயன்படுத்தி அரசாங்க வேலை வாங்க முயற்சி செய்யவில்லை. ஆனாலும் முகலாயர் சபையில் பணி செய்யும் வாய்ப்பு வந்தது. 'ஃபதாவா ஆலம்கீரி' நூலைத் தயார் செய்யும் பணியில் தன் நண்பரோடு சிலகாலம் இருக்க தன் அம்மா விரும்பியதற்கிணங்க ஒத்துக்கொண்டார். அந்த விஷயத்தில் ஒரு குட்டி அற்புதம் நிகழ்ந்தது என்று சொல்லவேண்டும்.

அவரது ஆன்மிக குருவான கலீஃபா அப்துல் காசிமுக்கு அரண்மனையில் தன் மாணவர் பணிபுரிவதில் விருப்பமில்லை. அவ்வேலையை விட்டுவிடு என்றுசொன்னார். ஆனால் தன் தாயார் அதை விரும்புகிறார் என்று ஷாஹ் அப்துர்ரஹீம் சொன்னார்.

'ஆண்டவனுக்குச் செய்யவேண்டிய கடமை குறுக்கிடும்போது மனிதருக்குச் செய்யவேண்டிய கடமையை விட்டுவிடலாம்' என்று ஞானாசிரியர் சொன்னார்.

'அப்படியானால், என் முயற்சி எதுவும் இல்லாமலே அந்தப் பணியிலிருந்து நான் நீக்கப்படவேண்டும். அப்போதுதான் என் அம்மாவுக்கு என்மீது கோபமிருக்காது. அதற்காகப் பிரார்த்தனை செய்யுங்கள்' என்றார் ஷாஹ் அப்துர்ரஹீம். அப்படியே குருவும் பிரார்த்தனை செய்ய கொஞ்ச நாளில் அவரது பணி நியமனம் ரத்து செய்யப்பட்டது! 'ஃபதாவா ஆலம்கீரி' நூலைத் தயார் செய்ய அந்தக் காலத்திலேயே இரண்டு லட்ச ரூபாய்க்கு மேல் செலவானதாம்! அதைத் தொகுத்த இருபத்தோரு நபர்களில் ஷாஹ் அப்துர் ரஹீமும் ஒருவர்.

ஒவ்வொரு நாளும் நபிகள் நாயகம் அவர்கள்மீது 'சலவாத்' எனும் புகழ்மொழியை ஆயிரம் தடவைகளும், 'லாயிலாஹ இல்லல்லாஹ்' என்று ஆயிரம் தடவைகளும், இறைவனுடைய திருப்பெயர்களை 12,000 முறைகளும் சொல்லும் பழக்கம் கொண்டிருந்தார். தன் வாழ்வின் இறுதிக்கட்டத்தில் திருக்குர்ஆனின் அத்தியாயங்களுக்கு விரிவுரை எழுதத் தொடங்கினார். மூன்றாம் அத்தியாயமான 'ஆல இம்ரான்' வரை முடித்திருந்தார். உடல் நிலை சரியில்லாமல் போனதால் மேற்கொண்டு அவரால் அதைத் தொடர முடியவில்லை. அவர் விட்ட வேலையை அவர் மகனான ஷாஹ் வலியுல்லாஹ் செய்தார். ஆனால் விரிவுரை எழுதவில்லை. பாரசீகத்தில் திருமறைக்கு மொழிபெயர்ப்பு மட்டும் செய்தார்.

ஷாஹ் அப்துர்ரஹீமும் மத்ரஸாவும்

வரலாற்றில் ஷாஹ் அப்துர்ரஹீமின் பெயர் நிற்பதற்குக் காரணம் அவர் நிறுவிய ஒரு பள்ளி. தான் வசித்த மஹந்தியுன் என்ற பகுதிக்கு அருகில் கோட்லா ஃபெரோஸ்ஷாஹ் என்ற இடத்தில் ஒரு பள்ளியை நிறுவினார். திருமறை, திருநபிவாக்கு, இஸ்லாமிய வரலாறு, சட்டம் போன்றவற்றைச் சொல்லித்தரும் பள்ளியாக அது இருந்தது. 18 மற்றும் 19ம் நூற்றாண்டுகளில் மத்ரஸா ரஹீமிய்யா என்ற அந்தப்பள்ளி புகழடைந்தது.

ஷாஹ் அப்துர்ரஹீமின் தலைமையில் இயங்கிய அப்பள்ளிக்கு சிந்த், காஷ்மீர் என வெகுதொலைவில் இருந்தெல்லாம் மாணவர்கள் வந்து படித்தனர். அந்தக் காலத்தில் பள்ளிக் கூடங்களெல்லாம் தனிமனித முயற்சிகளினாலேயே உருவாகின. அரசாங்கத்தோடு தனிப்பட்ட முறையில் தொடர்பு இருந்தால் மட்டுமே அரசு உதவி கிடைக்கும். ரொம்ப காலமாகப் புகழ்பெற்ற பள்ளியாக இருந்தாலும் அரசு உதவி கிடைக்கலாம்.

ஆனால் ரஹீமிய்யாப் பள்ளிக்கு அப்படியான எந்தத் தொடர்பும் கிடையாது. அதோடு, நிறுவனரான ஷாஹ் அப்துர் ரஹீமுக்கு அரசு உதவி பெறுவதில் என்றுமே விருப்பம் இருந்ததில்லை. மானியம் பெறுவதற்காக மன்னருக்குச் சலாம் போட அவர் தயாராக இருந்தது கிடையாது. அப்படிச் செய்வதை அவர் வெறுத்தார். எனவே அவரது பள்ளி ஆரம்பக் காலத்தில் ஊரிலிருந்த தர்ம சிந்தனை கொண்டவர்களை நம்பியே இருந்தது.

பள்ளிகளில் அந்தக் காலத்தில் மருத்துவம் ஒரு கட்டாயப் பாடமாக இருந்தது. ஷாஹ் அப்துர்ரஹீம் மருத்துவம் படித்தவர். வெற்றிகரமான மருத்துவராகவும் அவர் இருந்தார் என்று ஷாஹ் வலியுல்லாஹ் எழுதிய 'அன்ஃபாஸ்' என்ற வாழ்க்கை வரலாற்றுக் குறிப்பிலிருந்து தெரிந்துகொள்ள முடிகிறது. குறிப்பாகச் சிறுநீர் பற்றிய ஆராய்ச்சியில் அவர் ஆர்வம் காட்டினார். சிறுநீரைக்கொண்டே பலரது நோய்களை அவர் அறிந்துகொண்டார் என்று சொல்லப்படுகிறது.

ஒருமுறை ஒரு நோயாளியின் சிறுநீரைப் பரிசோதித்து சில மருந்துகளை அவருக்காக எழுதினார். அப்போது அந்த நோயாளி அங்கு இல்லை. அங்கே இருந்த ஒரு மருத்துவர்

இவரைப்பார்த்து, உண்மையிலேயே நோய் என்னவென்பதை அறிந்துகொண்டுதான் எழுதுகிறீர்களா என்று கேட்டார். சிரித்துக்கொண்டே ரஹீம் கூறினார், 'அது மட்டுமல்ல, இந்தச் சிறுநீர் ஒரு பெண்ணுடையது' என்றும் கூறினார்.

ஷாஹ் அப்துர்ரஹீம் ஒரு சூஃபியாகவும் இருந்தார். அவரது சூஃபிப் பண்புகளையெல்லாம் பற்றி தனது 'அன்ஃபாஸ்' நூலில் ஷாஹ் வலியுல்லாஹ் விரிவாகக் கூறுகிறார். தன் தாய் வழிப்பாட்டனாரின் அடக்கஸ்தலத்துக்குச் சென்று அடிக்கடி வெகுநேரம் ஷாஹ் அப்துர் ரஹீம் தியானத்தில் இருப்பாராம். சின்ன வயதிலிருந்தே ஐவேளைத் தொழுகையை விடாமல் செய்துவந்திருக்கிறார்.

க்வாஜா ஹாஷிம் புகாரி என்ற பெரியவர் சொன்னதன் பேரில் ஒரு தாளில் 'அல்லாஹ்' என்ற பெயரை ஷாஹ் அப்துர்ரஹீம் எழுதினார். அப்படி எழுதும்போது அதைச் சொல்லிக்கொண்டே செய்தார். இப்படியே பழக்கமான பிறகு மனிதர்கள், பறவைகள், விலங்குகள் என யார் பேசினாலும், என்ன சப்தம் கேட்டாலும் அது அவருக்கு 'அல்லாஹ்' என்று மட்டுமே கேட்டது. அப்போதெல்லாம் 'ஜல்ல ஜலாலஹூ' (அவன் வலிமை பொருந்தியவன்) என்று சொல்லி அந்த வாக்கியத்தை அவர் முடிப்பார். அவர் அல்லாஹ் என்று சொல்வதைக் கேட்க வானவர்களும் விரும்பினர் என்று சொல்லப்படுகிறது.

பன்னிரண்டு பதிமூன்று வயதிலேயே அவருக்கு அற்புதமான கனவுகள் வரத்தொடங்கின. அது அவர் வாழ்க்கை முழுவதும் தொடர்ந்தது. அக்கனவுகளில் அவர் இஸ்லாமிய வரலாறு கூறும் பல இறைத்தூதர்களையும், இறை நேசர்களையும் கண்டார். அவர்களிடமிருந்து சில உத்தரவுகளையும், சந்தேகங்களுக்கான தெளிவுகளையும் பெற்றுக்கொண்டார். கண்ணுக்குத் தெரியாத உலகின் ரகசியங்களையும் அறிந்துகொண்டார்.

அவர் கண்ட சில கனவுகள் விளக்கம் சொல்லமுடியாதவையாக, இஸ்லாமிய ஷரியத்துக்கு முரணானவை போலத் தோற்றமளித்தன. உதாரணமாக, அவரது கனவுகள் ஒன்றில் அவர் உடலோடு வானுலகம் சென்று நபிகள் நாயகத்தைப் பார்த்து வந்தார். ஏனெனில் கொஞ்சநேரம் மகனைக் காணாமல் அவரது தந்தையார் குழம்பிப் போனார்.

இன்னொரு கனவில் பெருமானார் தன் தாடி முடிகளில் இரண்டை அவருக்குக் கொடுத்தார்கள். கனவிலிருந்து கண் விழித்ததும் அம்முடிகள் தலையணைக்குக்கீழே இருப்பதை அவர் கண்டார். அதில் ஒரு முடியை ஷாஹ் வலியுல்லாஹ் எடுத்து வைத்திருந்தார்.

ஆன்மிகத்தில் இருந்த தாகம் காரணமாக 'மஜ்தூப்' என்று சொல்லப்பட்ட சூஃபிகளைத் தேடி ஷாஹ் அப்துர்ரஹீம் அடிக்கடி சென்றார். ஞானிகளின் அடக்கஸ்தலங்களில் அமர்ந்து நீண்ட நேரம் தியானத்தில் ஈடுபடுவார்.

ஏற்கெனவே இறந்திருந்தவர்களோடு அவர் பேசினார். குறிப்பாகத் தன் தந்தையுடன் பேசினார். வருங்காலத்தில் நடக்கப்போவதைப்பற்றி தன் மகனுக்கு அவர் அறிவித்தார். பறவைகள், மிருகங்களுடைய மொழியும் ஷாஹ் அப்துர்ரஹீமுக்குப் புரிந்தது. வெள்ளிக்கிழமைகளில் கூட்டுத் தொழுகையை நடத்தும் இமாமாக, தலைவராக, இருந்தார். போலி சூஃபிகளைப் பற்றி மக்களுக்கு எச்சரிக்கவும் செய்தார்.

உயர் அதிகாரிகளையோ, மன்னரையோ அவர் சென்று பார்த்ததில்லை. ஆனால் அவரை அவர்கள் வந்து பார்த்தால் உரிய முறையில் மரியாதை செய்வார். வெற்றிலை போடும் பழக்கம் அவருக்கு இருந்தது. ஈட்டி எறிதல், மல்யுத்தம் போன்ற விளையாட்டுக்கள் அவருக்கு மிகவும் பிடிக்கும்.

அவரது முன்னோர்கள் சிஷ்தி எனும் ஆன்மிகப் பாதையைப் பின்பற்றியபோதும் ஆன்மிகத்தில் அவர் நக்ஷபந்தி பாதையைப் பின்பற்றினார். தன் மகனுக்கு ஒரு நல்ல தந்தையாக இருந்தார். மகனது கல்வியில் மிகுந்த அக்கறை காட்டினார்.

'யாருக்காவது நீ உதவி செய்ய விரும்பினால், அது அவருக்குத் தெரியும்படி செய். உன்னைவிட அந்தஸ்தில் குறைந்த ஒருவர் உனக்கு சலாம் சொன்னால், அது இறைவன் உனக்குச் செய்யும் அருட்கொடை என்பதைப் புரிந்துகொள். அவருக்கு பதில் சலாம் சொல்லிவிட்டு அவரிடம் புன்னகைத்துப் பேசு' என்றெல்லாம் அறிவுரை வழங்கினார்.

பள்ளியில் போதிக்கும் நேரம் தவிர்த்து மற்ற நேரங்களில் தியானத்தில் இருப்பார். அல்லது ஆன்மிகம் பற்றி எடுத்துரைத்துக் கொண்டிருப்பார். புத்தகம் எதுவும் எழுத

விரும்பியதும் இல்லை, அதற்கான அவகாசமும் அவரிடம் இருந்ததில்லை. அவர் எழுதிய கடிதங்களின் தொகுப்பு 'அன்ஃபாஸ்-எ-ரஹீமிய்யா' என்ற பெயரில் நமக்குக் கிடைத்துள்ளது. அஹ்லுல்லாஹ் என்ற அவரது மகனால் அது தொகுக்கப்பட்டது. பாரசீக மொழியில் தான் மொழிபெயர்த்த ஒரு நூலைத் தன் பள்ளியில் பாடமாகவும் வைத்திருந்தார்.

1718, ஜனவரி 4-ம் தேதி, விடியலுக்குச் சற்று முன்னர் அவர் காலமானார். ஒருநாள் உடல் நலமில்லாத நிலையிலும் ஃபஜ்ர் எனும் காலைத்தொழுகைக்கு நேரமாகி விட்டதா என்று கேட்டார். இல்லை என்று சொல்லப்பட்டது. இது பலமுறை நடந்தது. கொஞ்சம் கடுப்பாகிப்போன அவர், உங்களுக்கு தொழும் நேரம் இன்னும் வரவில்லையானால் பரவாயில்லை, எனக்கு அந்த நேரம் வந்துவிட்டது என்று சொல்லிவிட்டு காலைத் தொழுகையை நிறைவேற்றினார். தொழுகை முடிந்து ஓதிக்கொண்டிருக்கும்போது அந்த நிலையிலேயே காலமானார். அப்போது அவருக்கு எழுபத்தேழு வயது. டெல்லியில் மஹந்தியுன் என்ற இடத்திலிருந்த அவரது பள்ளியின் முற்றத்திலேயே அடக்கம் செய்யப்பட்டார். ஷாஹ் வலியுல்லாஹ்வின் நூல்கள் மூலமாகவே, குறிப்பாக 'அன்ஃபாஸுல் ஆரிஃபீன்' என்ற நூல் மூலமாக, நாம் அவரது முன்னோர்களைப்பற்றி அறிந்து கொள்கிறோம்.

2

ஷாஹ் வலியுல்லாஹ்வின் பிறப்பும் வளர்ப்பும்

உத்தரப்பிரதேசத்திலிருந்த முஸஃப்பர் நகர் மாவட்டத்தில், மீரட் என்ற ஊருக்கு இருபது மைல் வடக்காக புலட் அல்லது ஃபுலத் என்று ஓர் ஊர் இருந்தது. அங்கிருந்த பெரும் பாலானவர்கள் முஸ்லிம் விவசாயிகள். நிறைய அறிஞர்கள் வந்து போகின்ற ஊராக அது கொஞ்ச காலம் இருந்தது. ஷாஹ் வலியுல்லாஹ்வே தன் தாய்வழிப்பாட்டனாரைப் பற்றி எழுதும்போது இவ்வூரைப்பற்றிக் குறிப்பிட்டுள்ளார்.

அங்கே சூரிய உதய நேரத்தில் ஹிஜ்ரி 1114-ம் ஆண்டு, ஷவ்வால் மாதம் பிறை 4-ல் / பிப்ரவரி 10 அல்லது 20, 1703 -ம் ஆண்டு புதன் கிழமையன்று, நோன்புப் பெருநாள் கொண்டாடப்பட்டதற்கு இரண்டு நாட்களுக்குப் பிறகு ஓர் ஆண் குழந்தை பிறந்தது. பிறந்த ஆண்டு 1702 என்றும் சொல்லப்படுகிறது. அரபி மாதக்கணக்கின்படி கொஞ்சம் முன்னே பின்னே வர வாய்ப்புண்டு. 18/19-ம் நூற்றாண்டுகளில் இஸ்லாத்தின்

மறுசீரமைப்பில் பெரும் பங்காற்றிய ராட்சச ஆளுமை பிறந்துள்ளதை அப்போது யாரும் அறிந்திருக்கவில்லை.

அவர் பிறந்த ஆண்டு மிகவும் மங்களகரமானது என்றும், பரிபூரணமடைந்தது என்றும் ஜோதிடர்கள் கணித்ததாக அவரது வாழ்க்கை வரலாற்றை எழுதிய முக்கியமான ஆசிரியரான ஜல்பானி தன் நூலில் கூறுகிறார். நட்சத்திரங்கள், கோளங்களின் தாக்கம் பற்றி ஷாஹ் வலியுல்லாஹ்வும் நம்பிக்கை வைத்திருந்தார் எனவும், ஆனால் எல்லாமே இறைவனின் சித்தம் என்று நம்பியதாகவும் ஜல்பானி கூறுகிறார்.

அக்குழந்தைக்கு 'வலியுல்லாஹ்', அதாவது 'இறைவனின் நண்பன்', என்று பெயர் வைத்தனர். அவரது பெற்றோருக்கும் இன்னும் அவரது குடும்பத்தோடு நெருக்கமாக இருந்த சிலருக்கும் ஷாஹ் வலியுல்லாஹ்வின் பிறப்பு பற்றியும், அவரது மகாத்மியம் பற்றியும் ஏற்கெனவே கனவுகள் வந்திருந்தன. அப்படிப்பட்ட கனவுகளெல்லாம் 'அல் கௌலுல் ஜமீல் ஃபீ மனாகிபி வலி' என்ற தலைப்பில் ஷேக் முஹம்மத் ஆஷிக் என்ற உறவினர் ஒருவரால் ஒரு புத்தகமாகவே தொகுத்து வைக்கப்பட்டது!

கொஞ்சநாள் கழித்து குத்புத்தீன் அஹ்மத் என்று இன்னொரு பெயரும் இட்டனர். அஸீமுத்தீன், அபுல் ஃபயாஸ், அப்துல்லாஹ், அபூ முஹம்மத் என்ற பெயர்களிலும் அக்குழந்தை வெவ்வேறு காலகட்டங்களில் அறியப்பட்டது. ஆனால் வரலாற்றில் வலியுல்லாஹ் என்ற அந்த முதல் பெயரே நிலைத்தது. அஸீமுத்தீன் என்ற பெயரை அரபியில் எழுதி ஒவ்வொரு எழுத்துக்கும் உரிய எண்களை எழுதினால் ஷாஹ் வலியுல்லாஹ் பிறந்த ஆண்டு கிடைக்கும்! இவ்விதம் கண்டுபிடிப்பதை ஆங்கிலத்தில் க்ரோனோக்ரம் (Chronogram) என்கின்றனர்.

இப்படி ஒரு குழந்தை பிறக்கும் என்று ஷாஹ் வலியுல்லாஹ்வின் தந்தைக்கு ஒரு கனவின் மூலம் ஏற்கெனவே அறிவிக்கப்பட்டிருந்தது. ஞானி க்வாஜா குத்புத்தீன் பக்தியார் காக்கி அவர்களின் அடக்கஸ்தலத்தில் ஷாஹ் அப்துர்ரஹீம் ஒருநாள் தியானத்தில் ஈடுபட்டிருந்தபோது பக்தியாரின் ஆன்மா தோன்றி, 'உங்களுக்கு இப்படி ஒரு மகன் பிறப்பார், அவருக்கு 'குத்புத்தீன் அஹ்மத்' என்று பெயரிடுங்கள்' என்று கூறியது. அதனால்தான்

அந்தப் பெயர் வைக்கப்பட்டது. ஷாஹ் வலியுல்லாஹ் தனது எல்லா நூல்களிலும் தனது பெயரை 'வலியுல்லாஹ் என்று அறியப்படும் அஹ்மது இப்னு அப்துர் ரஹீம்' என்றே குறிப்பிட்டார்.

மகன் என்று சொன்னதைப் பேரன் என்றுதான் அப்போது வலியுல்லாஹ்வின் தந்தை புரிந்துகொண்டார். ஏனெனில் அவரது முதல் மனைவி குழந்தை பிறக்கும் வயதையெல்லாம் தாண்டிய அறுபதுகளில் இருந்தார். ஆனால் பக்தியார் அவர்கள் மீண்டும் கனவில் அல்லது காட்சியில் தோன்றி, 'நான் சொன்னது பேரனல்ல. உங்களுக்கே ஒரு மகன் பிறப்பான்' என்று தெளிவு படுத்தினார்கள்.

கனவின் அல்லது காட்சியின் தெய்வீகச் செய்தியை சரியாகப் புரிந்துகொண்ட ஷாஹ் அப்துர்ரஹீம் இன்னொரு திருமணம் செய்துகொள்ள முடிவுசெய்தார். அவருடைய வயது காரணமாக நண்பர்கள் அதை எதிர்த்தனர். ஆனால் அவரது சீடர்களில் ஒருவராக இருந்த ஷெய்கு முஹம்மது என்பவர் தன் மகளை அப்துர்ரஹீமுக்குத் திருமணம் செய்துகொடுத்தார்.

திருமணத்துக்குப்பிறகு ஒருநாள் கணவனும் மனைவியும் தஹஜ்ஜுத் எனப்படும் வழக்கமான காலைத் தொழுகைக்கு முந்திய அதிகாலைத் தொழுகையை நிறைவேற்றி முடித்து இறைவனிடம் கையேந்திப் பிரார்த்தித்தனர். அப்போது அவர்களோடு சேர்ந்து இரண்டு பிஞ்சுக் கைகளும் பிரார்த்தனை செய்தன! அதைப் பார்த்த மனைவி ஒன்றும் புரியாமல் வியந்தார். 'இதுதான் நமக்குப் பிறக்க இருக்கும் குழந்தை' என்று அப்துர்ரஹீம் தன் மனைவியிடம் சொன்னார்.

பிறக்கும் முன்பே தன் குழந்தை தன்னோடு தகவல் பரிமாற்றம் செய்ததைத் தந்தை உணர்ந்துகொண்டார். ஒருமுறை ஓர் ஏழைக்குப் பாதி ரொட்டியை அப்துர்ரஹீம் தர்மமாக அளித்தார். பின் முழு ரொட்டியையும் கொடுத்தார். ஏன் என்று கேட்டதற்கு, பிறக்க இருக்கும் குழந்தை அப்படித்தான் பிரியப்படுகிறது என்று சொன்னார்! (இந்நிகழ்ச்சி பற்றி ஷாஹ் வலியுல்லாஹ்வின் 'தஃப்ஹீமாத்' மற்றும் 'அன்ஃபாசுல் ஆரிஃபீன்' ஆகிய நூல்களில் குறிப்பிடப்பட்டுள்ளன).

ஒருமுறை குழந்தை ஷாஹ் வலியுல்லாஹ்வை தாய்வழிப் பாட்டனார் மடியில் போட்டுக் கொஞ்சினார். அதன்பிறகு

அவருக்கும் இறைவனுக்கும் நெருக்கம் ஏற்பட்டதாகப் பதிவு செய்கிறார். ஷாஹ் வலியுல்லாஹ் ஒரு தெய்வீகக் குழந்தை என்பது இதுபோன்ற பல நிகழ்ச்சிகளின் மூலம் உறுதியானது.

ஷாஹ் வலியுல்லாஹ் பிறந்த ஃபுலாட்அல்லது ஃபுலாத் என்ற கிராமமானது அம்மாவுடையது. முஸஃப்பர் நகர் மாவட்டத்திலிருந்தது அது. குழந்தை பிறக்கும்வரை அவரது அம்மா அங்குதான் இருந்தார். குழந்தை பிறந்த கொஞ்ச காலம் கழித்து டெல்லிக்கு வந்துசேர்ந்தார்.

ஷாஹ் வலியுல்லாஹ்வின் தந்தை ஷாஹ் அப்துர்ரஹீமின் இரண்டாவது திருமணத்தின் மூலம் பிறந்த இரண்டு ஆண் குழந்தைகளில் ஒருவர்தான் நம் கதாநாயகர். இன்னொருவரின் பெயர் அப்துல்லாஹ். முதல் மனைவிக்கு சலாஹுத்தீன் என்ற ஒரு மகன் இருந்தார். ஷாஹ் வலியுல்லாஹ்வின் பரம்பரை தந்தை வழியில் ஹஸ்ரத் கலீஃபா உமர் அவர்களோடும், தாய் வழியில் ஹஸ்ரத் கலீஃபா அலீ அவர்களோடும் போய்ச்சேருகிறது. அதனால்தான் ஷாஹ் வலியுல்லாஹ் தன் பெயரை எழுதும்போதெல்லாம் அஹ்மத் இப்னு அப்துர்ரஹீம் அல் உமரி என்றே குறிப்பிடுவார்.

3

கல்வியும் திருமணமும்

ஷாஹ் வலியுல்லாஹ் வளர்ந்த சூழல் கல்விக்கு முக்கியம் கொடுத்தது. அவருக்கு ஐந்து வயதானபோது 'மக்தப்' எனப்படும் பள்ளியில் சேர்க்கப்பட்டார். ஏழு வயதான போது எழுதவும் படிக்கவும் கற்றுக் கொண்டதோடு திருக்குர்'ஆனையும் ஓதி முடித்தார். ஓதி முடித்தது மட்டுமல்ல, ஒரே ஆண்டில் முழு குர்'ஆனையும் மனனம் செய்த 'ஹாஃபிஸ்' ஆகவும் ஆனார். அதே ஆண்டு அவருக்கு விருத்த சேதனமும் செய்யப்பட்டது. ஐவேளைத் தொழவும் நோன்பு பிடிக்கவும் அப்போதே அவருக்குக் கற்றுக் கொடுக்கப்பட்டது. அந்த வயதிலேயே மார்க்கம் பற்றி எழுதப்பட்ட சில அரபி மற்றும் பாரசீக நூல்களையும், 'ஷரஹ் ஜாமி' எனப்பட்ட திர்மிதி நபிமொழித் தொகுப்புக்கான விளக்க நூலையும் படித்து அவரால் புரிந்துகொள்ள முடிந்தது.

இப்படியாகத் தன் பதினைந்தாவது வயதில் பள்ளிக்கல்வியை முடித்துக்கொண்டார். அதைக்கொண்டாடும் விதமாக அவர் தந்தையார் ஒரு பெரும் விருந்துக்கு ஏற்பாடு செய்தார். பின்னர் தன் தந்தையிடமே மிஷ்காத் எனும் நபிமொழித்தொகுப்பையும்

திருமறைக்கான விளக்கங்களையும் கற்றுக்கொண்டார். திருமறையை ஆழமாகப் புரிந்துகொள்ள அது அவருக்கு உதவியது. தன் தந்தையார் மூலமாக அவர் கற்றுக்கொண்ட பாடங்களின் வரிசை மிக நீண்டது. படிக்கவே களைப்பூட்டக் கூடியது. அப்படியானால் அவருக்கு எப்படி இருந்திருக்கும் என்று யூகிக்கக்கூட முடியவில்லை. ஆனால் எல்லாப் பாடங்களிலும் ஆழமாக அவர் தன்னை ஈடுபடுத்தி அறிந்து கொண்டார். இவ்வளவுக்கும் தந்தை ஷாஹ் அப்துர்ரஹீம் தேர்ந்தெடுத்த பாடங்களை மட்டுமே தன் மகனுக்குச் சொல்லிக்கொடுத்தார்!

ஆனால் சொல்லிக்கொடுக்கப்பட்ட பாடங்களில் எதுவுமே அரபியில் இல்லை. எல்லாமே பாரசீகத்திலும் உர்துவிலும்தான் இருந்துள்ளன. ஆனாலும் அரபியில் 'ஹுஜ்ஜத்' போன்ற நூல்களை ஷாஹ் வலியுல்லாஹ்வால் எழுத முடிந்துள்ளது என்றால் அரபி மொழியில் அவரது அறிவின் ஆழம் எவ்வளவு என்று தெரியவருகிறது. மிக விரைவிலேயே அரபி மற்றும் பாரசீக நூல்களைப் படித்துப் புரிந்துகொள்வதில் விற்பன்னரானார். பத்து வயதிலேயே 'ஷரஹ் முல்லா' என்ற அரபி இலக்கண நூலைப் படிக்க ஆரம்பித்துவிட்டார். தத்துவம் சார்ந்த சில நூல்களையும் அவரால் படித்துப் புரிந்துகொள்ள முடிந்தது.

இந்த உடைதான், இந்த உணவுதான் எனக்குப் பிடிக்கும் என்றெல்லாம் சொல்லக்கூடாது, எந்த உணவுப்பொருள்மீதும் வெறுப்பைக் காட்டக்கூடாது, உட்காரும்போதோ நடக்கும் போதோ அலட்சியம், களைப்பு எதையும் காட்டக்கூடாது என்றெல்லாம் ஷாஹ் வலியுல்லாஹ்வை அவரது தந்தையார் பண்படுத்தியிருந்தார்.

ஐந்து வேளைத் தொழுகையை விடாமல் தன் பெற்றோரோடு நிறைவேற்றியதல்லாமல், தஹஜ்ஜுத் எனப்படும் கடமை யல்லாத அதிகாலைத் தொழுகையையும் ஒரு கடமையைப் போலவே நிறைவேற்றினார்.

ஒருநாள் நண்பர்களோடு ஒரு தோட்டத்துக்குச் சென்று விளையாடிவிட்டு வந்தார் ஷாஹ் வலியுல்லாஹ். 'இன்று நீ செய்த என்ன செயல் உனக்கு இம்மையிலும் மறுமையிலும் பயன் தரும்?' என்று தந்தை கேட்டார். அதைக் கேட்டதி

லிருந்து, இனி ஒவ்வொரு நாளும் ஏதாவது நல்ல செயல் செய்யவேண்டும் என்று மனதில் முடிவு செய்துகொண்டார்.

பதினான்கு பதினைந்து வயதாக இருந்தபோதே தந்தையாரின் கையில் அடித்து சத்தியம் செய்து கொடுத்து நக்ஷபந்தி ஆன்மிகப் பாதையைப் பின்பற்றத் தொடங்கினார் ஷாஹ் வலியுல்லாஹ். அப்பாதையில் குறிப்பிட்ட அளவு சென்றதும் 'ஹிர்கா' எனப்படும் சூஃபி உடையை அணிந்துகொள்ளவும் தகுதி பெற்றார்.

அந்தக் காலகட்டத்தில் குடும்பம் டெல்லிக்குக் குடிபெயர்ந் திருந்தது. பள்ளியும் டெல்லிக்கு மாற்றப்பட்டது. பள்ளியில் தன் தந்தையார் திருமறைக்குத் தொடர்ந்து கொடுத்துவந்த விளக்கங்களை ஷாஹ் வலியுல்லாஹ் உன்னிப்பாகக் கேட்டார். வீட்டின் ஒரு பகுதியாகவே மத்ரஸா ரஹீமிய்யா பள்ளி இயங்கி வந்தது. எனவே அவர் சந்தித்தவர்களெல்லாம் ஆசிரியர்கள் அல்லது மாணவர்களாகவே இருந்தனர். அவர் ஓடி விளையாடிய இடமெல்லாம்கூட பள்ளியாகவோ பள்ளி வாசலாகவோதான் இருந்தது.

தந்தையைப்போலவே நினைவாற்றல் மிக்கவராக ஷாஹ் வலியுல்லாஹ் இருந்தார். எந்தக் கஷ்டமும் படாமல் படித்ததை, கேட்டதையெல்லாம் நினைவில் வைத்துக்கொண்டார். இன்னும் சொல்லப்போனால் தன் தந்தையைவிட இவ்விஷயங் களில் ஒருபடி மேலே இருந்தார் என்று சொல்லவேண்டும்.

அடுத்த ஐந்து ஆண்டுகளில் பள்ளிக்கூடத்தின் பாடத்திட்டத்தி லிருந்த எல்லா நூல்களையும் கற்றுத் தேர்ந்து விட்டார். 'மிஷ்காத்' என்ற புகழ்பெற்ற நபிமொழித்தொகுப்பை பதினைந்து ஆண்டுகளில் கற்றுமுடித்து அதை மற்றவர்களுக்குச் சொல்லிக்கொடுக்கவும், பிரபலமான திருமறைக்கான விளக்கமான 'தஃப்சீர் பைளாவி' என்பதையும் கற்றுக் கொடுக்கத் தந்தையிடமிருந்து அனுமதி பெற்றார்.

விளையாடுவதைக் குறைத்துப் படிப்பில் அதிகக் கவனம் அவர் செலுத்த வேண்டுமென்றுதான் தந்தையும் விரும்பினார். ஆனால் அவரது விருப்பத்துக்கு மேலேயே மகன் சென்று சாதனை புரிந்தார் என்றுதான் சொல்லவேண்டும்.

ஒருமுறை ஒரு தோட்டத்துக்குத் தன் நண்பர்களோடு சென்று பார்த்துவிட்டு சந்தோஷத்துடன் திரும்பினார். ஆனால் எங்கே சென்றாய், என்ன செய்தாய் என்று தந்தை கேட்டபோது ஏதோ செய்யக்கூடாத தப்பைச் செய்துவிட்ட மாதிரி அவருக்கு இருந்தது. அதன்பின் அந்த மாதிரி எந்தக் கேளிக்கையிலும் அவர் ஈடுபடவே இல்லை.

ஷாஹ் வலியுல்லாஹ் நக்ஷபந்தி ஆன்மிகப் பாதையைப் பின்பற்றினாலும் சிஷ்தி, காதிரி, சுஹ்ரவர்தி என மற்ற எல்லா ஆன்மிகப் பாதைகளுக்கும் உரிய மரியாதையைக் கொடுத்தே எப்போதும் பேசினார். அவரது புகழ் எப்படிப்பட்டதாக இருந்தது எனில், அவர் பின்பற்றிய ஆன்மிகப்பாதை அவரது பெயராலேயே ஒரு தனிப்பிரிவாக, 'வலியுல்லாஹி' என்று அழைக்கப்பட்டது. ஆன்மிகப் பாதைகளின் நுட்பங்களை விளக்குவதில் ஷாஹ் வலியுல்லாஹ்வுக்கு நிகர் அவரே என்று சொன்னார் மிர்ஸா ஜான் ஜானான் என்ற ஒரு குரு.

சூரியனின் ஒளிக்கதிர்களை லென்ஸில் குவித்து ஆற்றல் மிக்கதாக்கி, கீழே இருக்கும் தாளை எரிப்பதுபோல முழு கவனத்தையும் மார்க்க நூல்களிலும் ஆன்மிக விஷயங்களிலுமே ஷாஹ் வலியுல்லாஹ் செலுத்தினார்.

எந்த உரையாடலிலுமே ஷாஹ் வலியுல்லாஹ் அதிருப்தியோ வெறுப்போ அடைந்ததில்லை. அவரது கருத்து விமர்சிக்கப் படுமானால், ஒரு புன்னகையுடன் அதைக் கடந்து போய்விடுவார். மாணவர்கள் எவ்வளவு கடினமான விஷயம் பற்றிக் கேள்விகள் கேட்டாலும் மிகவும் எளிமையான, அனைவரும் புரிந்து கொள்ளக்கூடிய வகையிலான பதில்களையே சொல்வார். எனவே ரஹீமிய்யாப் பள்ளியின் மாணவர் எண்ணிக்கை நாளுக்குநாள் பெருகிக்கொண்டுதான் போனது.

ஷாஹ் வலியுல்லாஹ்வின் புகழ் பரவிக்கொண்டே போனது. உள்நாட்டிலிருந்தும் வெளிநாட்டிலிருந்தும் அறிஞர்களிடமிருந்து அவருக்குக் கடிதங்கள் வந்துகொண்டே இருந்தன. உதாரணமாக மதினாவிலிருந்து ஒருமுறை ஷெய்கு ஆஃபந்தி இஸ்மாயீல் என்பவரிடமிருந்து 'வஹ்தத்துல் வுஜூத்' (எல்லாம் இறைவனே), 'வஹ்தத்துஷ் ஷுஹூத்' (எல்லாமே இறைவனுக்குச் சாட்சி) ஆகிய தத்துவங்கள் பற்றித் தெளிவு படுத்தும்படிக் கடிதம் வந்தது.

திருமணம்

ஷாஹ் வலியுல்லாஹ்வுக்குப் பதினான்கு அல்லது பதினைந்து வயதாக இருந்தபோதே அவர் அப்பா அவருக்குத் திருமண ஏற்பாடுகள் செய்யத் தொடங்கினார்! அந்தக் காலத்தவர்கள் கொடுத்து வைத்தவர்கள்! ஏற்கெனவே ஷெய்கு உபைதுல்லாஹ் என்ற தாய்மாமா ஒருவரின் மகளோடு அவருக்கு நிச்சயமாகி இருந்தது. ஆனால் உடனே திருமணம் செய்துவைக்கப் பெண்வீட்டார் தயாராக இல்லை.

ஆனாலும் ஷாஹ் அப்துர்ரஹீம் பெண் வீட்டாரை அவசரப் படுத்தினார். தான் அப்படிச் செய்வதற்கு ஒரு காரணமுள்ளது என்றும், அதைத் திருமணத்துக்கு முன் சொல்லமுடியாதென்றும் சொல்லி காரியங்களைத் துரிதப்படுத்தினார். ஆனால் என்ன ரகசியம் என்பது விரைவிலேயே தெரிந்துபோனது.

ஷாஹ் வலியுல்லாஹ்வின் மாமியார், மனைவியின் அம்மா வழித்தாத்தா, அவரது மாமாவின் மகன் ஃபஹ்ரெ ஆலம், அபு அல் ரிஸா ஆகிய மனைவி வழி உறவினர்கள், இறுதியாக ஷாஹ் வலியுல்லாஹ்வின் தந்தை அப்துர்ரஹீம் - அனைவரும் திருமணம் முடிந்த இரண்டு ஆண்டுகளில் இறந்து போனார்கள்!

ஷாஹ் வலியுல்லாஹ்வின் தந்தையார் இறப்பதற்குச் சற்றுமுன்பு மகனை அழைத்து, ‘எனக்குத் தெரிந்த எல்லாவற்றையும் அப்படியே உன் இதயத்துக்குள் கொட்டிவிடவேண்டும் என்று விரும்புகிறேன்’ என்று கூறினார். தன்னிடமிருந்த பெருமானாரின் இரண்டு புனித முடிகளில் ஒன்றை அவரிடம் கொடுத்தார். ஆனால் அதன் பிறகு அந்த இரண்டு புனித முடிகளுக்கும் என்னானது என்று இன்றுவரை தெரியவில்லை.

ஷாஹ் அப்துர்ரஹீம் 1719ம் ஆண்டு, ஜனவரி 4ம் தேதி, ஒரு புதன் கிழமை இவ்வுலகை விட்டு நீங்கினார். பழைய டெல்லியிலிருந்த அவரது மஹந்தியுன் என்ற பள்ளி வளாகத்திலேயே அவர் அடக்கம் செய்யப்பட்டார்.

தந்தை இறந்த பிறகு அடிக்கடி அவரது அடக்கஸ்தலத்துக்குச் சென்று அமர்ந்து ஷாஹ் வலியுல்லாஹ் அடிக்கடி தியானம் செய்வார். அப்போது அவருக்குப் பல உதிப்புகள் கிடைத்தன. பல ரகசியங்களைத் தெரிந்து கொண்டார்.

'என் தந்தையார் சொன்ன காலகட்டத்தில் மட்டும் என் திருமணம் நடந்திருக்காவிட்டால், அது நடக்க நீண்ட காலம் ஆகியிருக்கும்' என்றார் ஷாஹ் வலியுல்லாஹ்.

ஷாஹ் வலியுல்லாஹ்வின் தந்தை அறிஞராகவும் சூஃபியாகவும் இருந்தபோதும் எந்த நூலும் எழுதவில்லை. ஆனால் அவரது போதனைகளும் உத்தரவுகளும் ஒரு நூலாகத் தொகுக்கப்பட்டு 'இர்ஷாதாத்' என்ற தலைப்பில் இரண்டு பாகங்களாக வெளியிடப்பட்டுள்ளன. அவர் அடிக்கடி இப்படிச் சொல்வார்: 'இம்மை மறுமை இரண்டிலும் சந்தோஷம், நண்பர்களிடம் அன்பு, எதிரிகளிடம் மென்மை ஆகிய இரண்டில்தான் உள்ளது'.

- ஒரு கூட்டத்தில் இருக்கும்போது எந்த நாட்டைப்பற்றியும் கேவலமாகப் பேசவேண்டாம்.
- கிழக்கத்தியவர்கள் இப்படிப்பட்டவர்கள், பஞ்சாபிகள் அப்படிப்பட்டவர்கள், ஆப்கன்கள் அப்படிப்பட்டவர்கள், முகலாயர்கள் இப்படிப்பட்டவர்கள் என்றெல்லாம் விமர்சனம் செய்யக் கூடாது.
- பொதுமக்கள் முன்னிலையில் யாரோடும் முரண்பட்டு விவாதிக்க வேண்டாம்.
- யாருக்காவது உதவி செய்தால், அது அவருக்குத் தெரியுமாறு செய்யவேண்டும்.
- உங்களைவிட அந்தஸ்தில் குறைந்தவர்கள் உங்களுக்கு ஸலாம் சொன்னால், இறைவனுக்கு நன்றியுடையவனாக நீங்கள் இருக்கவேண்டும். ஏனெனில் அது அவர் மூலமாக உங்களுக்குக் கிடைத்த இறைவனின் அருட்கொடையாகும்.
- வீரம் அல்லது கொடைத்தன்மை ஆகியவற்றைப் பொது மக்கள் புரிந்துகொள்ளுமாறு அவர்கள் முன்னிலையில் செய்யுங்கள்.

என்றெல்லாம் ஷாஹ் வலியுல்லாஹ்வின் தந்தை தன் மகனுக்கு உபதேசம் செய்திருந்தார். அவற்றை அவர் என்றுமே மறக்கவில்லை. தன்னால் முடிந்த அளவுக்கு அவற்றைப் பின்பற்றினார்.

தன் முதல் மனைவி மூலமாக ஷாஹ் வலியுல்லாஹ்வுக்கு ஷாஹ் அல்லது ஷேக் முஹம்மது என்ற பெயர் கொண்ட ஓர் ஆண்

குழந்தை இருந்தது. அதனால் அவர் அபூ முஹம்மது (முஹம்மதின் தந்தை) என்றும் அழைக்கப்பட்டார். ஆனால் அக்குழந்தை இளம் வயதிலேயே இறந்து போனது. ஒருநாள் லுஹர் தொழுது கொண்டிருந்தபோது தன் மகன்மீது இறப்பு இறங்குவதைப் பார்த்தார். மறுநாள் இரவு மகன் இறந்துபோனான்.

முதல் மனைவியின் இறப்புக்குப்பிறகு இரண்டாவதாக டெல்லியிலிருந்து மேற்காக நாற்பது மைல் தூரத்திலிருந்த சோனிபட் என்ற கிராமத்திலிருந்து சையித் சனாவுல்லாஹ் என்பவரது மகளான பீவி இராதத் என்ற பெண்ணை ஷாஹ் வலியுல்லாஹ் திருமணம் செய்துகொண்டார். அந்த மனைவி மூலமாக அவருக்கு நான்கு மகன்களும் ஒரு மகளும் பிறந்தனர். அவர்கள் முறையே ஷாஹ் அப்துல் அஸீஸ், ஷாஹ் ரஃபியுத்தீன், ஷாஹ் அப்துல் காதிர், ஷாஹ் அப்துல் கனி மற்றும் மகள் உம்மத்துல் அஜீஸ். இதில் ஷாஹ் அப்துல் காதிர் என்பவர்தான் முதன் முதலில் திருமறையை உர்துவில் மொழிபெயர்த்தவராவார்.

4

ரஹீமிய்யாப்பள்ளி

பதினைந்து வயதிலேயே தன் தந்தையிடம் ஆன்மிக நெறியில் முறைப்படி தீட்சை பெற்றுக்கொண்ட ஷாஹ் வலியுல்லாஹ். சூஃபிகள் அணியும் பிரத்தியேக உடையான 'கிர்கா' என்பதையும் பெற்றுக்கொண்டார். பள்ளிப்பாடங்களோடு சூஃபிப் பயிற்சிகளையும் தியான வழிபாடுகளையும் விடாமல் மேற்கொண்டார். அதே ஆண்டு ரஹீமிய்யா பள்ளியின் அனைத்துப் பாடங்களையும் கற்றுத்தேர்ந்தார். ஒரு கல்லூரியில் பட்டம் பெறுவது மாதிரியான நிலை அது என்று வைத்துக்கொள்ளலாம். ஏனெனில் அப்பள்ளியில் சொல்லிக் கொடுக்கப்பட்ட விஷயங்கள் அவ்வளவு இருந்தன.

நபிமொழித் தொகுப்புகள், திருமறைக்கான விரிவுரை, சட்டவியல், தர்க்கம், சட்டத்தின் அடிப்படைகள், தத்துவம், ஆன்மிகம், அதில் முக்கியமாக 'அவாரிஃபுல் ம'ஆரிஃப்' என்ற சூஃபி நூல், நடப்பு, சொற்கள் மற்றும் கவிதைகளின் தன்மைகள், மருத்துவம், தத்துவம், இலக்கணம், மொழியியல், கணிதம் - இப்படி. இந்தக் காலப் பல்கலைக்கழகப் படிப்பில்கூட இவ்வளவு பாடத்திட்டங்கள் இல்லை! இது பற்றிச்

சற்று விரிவாக இந்த அத்தியாயத்தின் இறுதியில் கொடுத்திருக்கிறேன்.

பட்டம் பெற்றது மட்டுமின்றி அந்தப் பள்ளியில் ஆசிரியராக இருக்கவும் அந்த வயதிலேயே அனுமதி பெற்றார். அதற்கான பட்டயமும், கற்றுக் கொடுப்பதற்கான அனுமதியும் அவருக்கு வழங்கப்பட்டது. அதற்காக அவர் தந்தையார் ஒரு பெரும் விருந்துக்கு ஏற்பாடு செய்தார்.

இரண்டு ஆண்டுகள் பள்ளியில் ஷாஹ் வலியுல்லாஹ் தன் தந்தைக்கு உதவியாக இருந்தார். அவர் இறந்துபோன பிறகு பள்ளியை நிர்வகிக்கும் பொறுப்பு அவருக்கு வந்தது. ஆனால் அது லேசான காரியமாக இல்லை. ஏனெனில் பள்ளி மிகவும் பிரபலமாக இருந்தது. தூர நாடுகளில் இருந்தெல்லாம் மாணவர்கள் வந்து படிக்கத்தொடங்கினர்.

ஆனால் கற்றுக் கொடுப்பதிலும் நிர்வகிப்பதிலும் ஷாஹ் வலியுல்லாஹ் மிகுந்த திறன் கொண்டவராக இருந்தார். சொற்பொழிவுகள் ஆற்றினார். பலருக்கு ஆன்மிக வழி காட்டியாகவும் இருந்தார்.

சில சமயங்களில் தன் தந்தையின் அடக்கஸ்தலத்துக்குச் சென்று அமைதியாகத் தியானத்தில் ஆழ்ந்துவிடுவார். அப்போது அவரது பிரச்னைகளுக்கான தீர்வுகள் கொடுக்கப்பட்டன.

'நான் என் தந்தையின் அடக்கஸ்தலத்தில் அமர்ந்து தியானிக்கும் போது ('தவ்ஹீத்' எனப்படும்) இறை ஒருமை தொடர்பான சந்தேகங்கள் நீங்கின. 'ஜதபு' எனப்படும் தெய்வீகக் கவர்ச்சியின் பாதை திறந்தது. ஆன்மிகப் பாதையின் பெரும் பங்கு எனக்குக் கிடைத்தது. உலூமெ 'வஜ்தானிய்யா' எனப்படும் இறையருளின் அறிவு எனக்குக் கொடுக்கப்பட்டது. பெருமானாரின் பொன்மொழிகளை அடிப்படையாக வைத்துக் கொடுக்கப்பட்ட மார்க்கத்தீர்ப்புகள் மிகவும் அவசியமானவையும், அடிப்படை யானவையுமாகும் என்பதைப் புரிந்துகொண்டேன்' என்றார்.

ரஹீமிய்யா பள்ளியில் கற்றுக்கொடுக்கப்பட்ட பாடங்கள்

1. நபிமொழிகள். முக்கியமாக மிஷ்காத் மற்றும் சஹீஹ் புகாரி ஆகிய நபிமொழித் தொகுப்புகள்.
2. திருக்குர்'ஆன்.

3. தஃஃப்சீர் எனப்படும் திருமறைக்கான விளக்கம்.
4. ஃபிக்ஹ் எனப்படும் சட்டவியல்.
5. சட்டத்தின் அடிப்படைகள்.
6. மன்திக் எனப்படும் தர்க்கவியல்.
7. இல்முல் கலாம் எனப்படும் கற்றறி மெய்யியல்.
8. சுலூக் எனப்படும் ஆன்மிகம். குறிப்பாக அவாரிஃபுல் ம'ஆரிஃப், ரசாயில் எ நக்ஷபந்தியா ஆகிய நூல்கள்.
9. ஹாகியிக் எனப்படும் நிஜங்கள். இதில் மௌலானா ரூமியின் தேர்ந்தெடுக்கப்பட்ட கவிதைகளுக்கான விளக்கம் மற்றும் முகத்தமா எனப்படும் பாடங்கள் முதலியன.
10. சொற்கள் மற்றும் வினைச்சொற்களின் தன்மைகள்.
11. திப் எனப்படும் மருத்துவம்.
12. ஹிக்மத் எனப்படும் தத்துவம்.
13. நஹ்வ் எனப்படும் இலக்கணம்.
14. இல்முல் ம'ஆனி எனப்படும் மொழியறிவியல்.
15. கணிதம்.

5

புனிதப்பயண அனுபவங்கள்

தந்தையார் ஷாஹ் அப்துர்ரஹீம் இறந்து பன்னிரண்டு ஆண்டுகளுக்குப்பிறகு தனது முப்பதாவது வயதில் புனித ஹஜ் யாத்திரை செய்ய ஷாஹ் வலியுல்லாஹ் விரும்பினார். தன் முன்னோர்கள் வாழ்ந்த மண்ணுக்குச் செல்லப் போகிறோம் என்ற நினைப்பு அவருக்கு மிகுந்த உவகை கொடுத்தது. அதோடு அங்கே போய் நபிமொழிகளின் நுட்பங்களை ஆழமாக அறிந்துகொள்ளவும் அவர் விரும்பினார்.

ஆனால் ஹஜ்ஜு செய்வது அந்தக் காலத்தில் எளிதான காரியமாக இல்லை. அரசியலின் நிலையற்ற தன்மை பெரும் அபாயங்களைக் கொண்டிருந்தது. டெல்லியிலிருந்து அருகருகி லிருந்த கம்பாயத், மால்வா, குஜராத் ஆகிய பகுதிகளுக்குச் செல்வதே ரொம்ப அபாயகரமானதாக இருந்தது. வழிப்பறிக் கொள்ளையர் எங்கெங்கிலும் நிறைந்திருந்தனர். ஏதாவது அற்புதம் நிகழ்ந்தால்தான் பாதுகாப்பாக ஊருக்குள் செல்ல முடியும் என்ற சூழ்நிலை இருந்தது. போர்ச்சுக்கீசிய மற்றும் டச்சுக் கடல் கொள்ளையர்களால் கடல் வழிப்பயணமும் பாதுகாப்பற்றதாகவே இருந்தது. வாய்ப்புக் கிடைத்தால்

ஃப்ரெஞ்சு மற்றும் ஆங்கிலேய வணிகர்களும் கொள்ளையில் இறங்கினர். அவர்கள் இந்தியாவுக்கு வந்ததே கொள்ளையடிக்கத்தானே!

அப்படிப்பட்ட சூழலில் புனிதப்பயணம் செல்லவேண்டாம் என்று ஷாஹ் வலியுல்லாஹ்வின் நண்பர்கள் அறிவுறுத்தினர். தூரத்தில் இருந்த சிலர் போகவேண்டாம், திரும்பி வந்து விடுங்கள் என்று கடிதம் எழுதினர். சிலர் குதிரைகளில் சென்றுகூட அவரைத் தடுத்த நிறுத்த முயன்றனர்.

ஆனாலும் ஷாஹ் வலியுல்லாஹ்வை யாராலும் தடுத்து நிறுத்த முடியவில்லை. அக்டோபர் 21, 1730 அன்று ஷாஹ் வலியுல்லாஹ், தன் தாய்மாமா உபைதுல்லாஹ், அவரது மகன் முஹம்மது ஆஷிம் மற்றும் சில உறவினர்களுடன் ஹிஜாஸ் என்று அறியப்படும் மக்கா மதினாவுக்குப் பயணமானார். டெல்லியிலிருந்து சூரத் சென்று அங்கிருந்து ஜித்தாவுக்குப் பயணமானார்.

கிட்டத்தட்ட மூன்று ஆண்டுகள் கழித்து இந்தியா திரும்பினார். வெற்றிகரமாக 1731ம் ஆண்டு ஜூன் மாதம் தன் முதல் ஹஜ்ஜை ஷாஹ் வலியுல்லாஹ் நிறைவேற்றினார். மக்காவில் இருந்த காலகட்டத்திலெல்லாம் புனித க'அபாவுக்கு அருகிலேயே இருந்தார். அதன் விளைவாக அவருக்குப் பல தெய்வீக அருட்கொடைகள் கிடைத்தன. அவர் 'ஹுஜ்ஜத்' நூலை எழுதியதேகூட அப்படிப்பட்ட அருட்கொடைகளில் ஒன்றுதான்.

ஒருநாள் ளுஹர் தொழுகைக்குப்பின் க'அபாவுக்கு முன்னால் இறைச்சிந்தனையில் மூழ்கி இருந்தபோது பெருமானாரின் புனித ஆன்மா அவருக்கு முன் காட்சியளித்தது. அப்போது ஹிஜ்ரி 1114/ கிபி 1731. அவர் எழுத வேண்டிய நூல் பற்றி மறைவான உலகில் ஏற்கெனவே முடிவு செய்யப்பட்டு விட்டதாக அறிவிக்கப் பட்டது. அந்தக் காட்சிக்குப்பின்னர் தன் இதயம் விசாலமாக்கப் பட்டதாக ஷாஹ் வலியுல்லாஹ் உணர்ந்தார். அவர் எழுதிய எல்லா நூல்களுமே, இரண்டைத்தவிர, ஹஜ்ஜுக்குப்போய் விட்டு வந்தபிறகு எழுதியவைதான்.

மக்காவில் இருந்தபோது நபிகள் நாயகத்தின் பிறந்தநாள் கொண்டாட்டத்தில் கலந்துகொண்டார். கூடியிருந்த அனைவரும் பெருமானார்மீது சலவாத் எனும்

புகழ்மொழிகளைக் கூறிக்கொண்டிருந்தார்கள். அவர்களது அரிய பெரிய சேவைகளையும் நிகழ்த்திய அற்புதங்களையும் நினைவுகூர்ந்து கொண்டிருந்தார்கள். திடீரென்று அங்கே ஓர் ஒளிவெள்ளம் பரவியது. அவ்வொளிகள் யாவும் அங்கே ஆஜராகியிருந்த வானவர்களிடமிருந்து வந்துகொண்டிருந்ததை ஷாஹ் வலியுல்லாஹ் உணர்ந்துகொண்டார். அவ்வொளி வெள்ளத்தில் கருணையின் கதிர்களும் கலந்திருந்தன.

அவர் மதினா சென்றபோதும் பெருமானாரின் அடக்கஸ்தலத்துக்கு அருகிலேயே இருந்தார். அந்த நெருக்கத்தின் காரணமாக பார்க்கப்படாத உலகின் ரகசியங்கள் அவருக்கு வெளிப் படுத்தப்பட்டன. அவர் கோரிக்கை வைத்தபோதெல்லாம் பிரச்னைகளுக்கான தீர்வுகள் சொல்லப்பட்டன. சில சமயங்களின் கனவுகள் மூலமாக அவை கிடைத்தன.

யாராவது பெருமானாருக்கு சலாம் சொன்னால் உடனே பெருமானாரின் ஆன்மா சலாம் சொன்னவரிடத்தில் அனுப்பப் படுகிறது. அந்த ஆன்மா சலாம் சொன்னவருக்குப் பதில் சலாம் சொல்லுகிறது என்று ஒரு நபிமொழி உண்டு. இந்த நபிமொழியின் உண்மையை ஷாஹ்வலியுல்லாஹ் பலமுறை தன் கண்ணாலேயே தரிசித்துள்ளார்.

அந்தக் காலகட்டத்தில் ஹிஜாஸில் வெளிநாட்டுக்காரர்களே நிறைந்திருந்தனர். மொராக்கோ, துருக்கி, எகிப்து, இந்தியா எனப் பல நாடுகளிலிருந்தும் மக்கள் வந்து குவிந்திருந்தனர். அரசாங்கப் பதவிகளெல்லாம் பெரும்பாலும் வெளிநாட்டுக் காரர்களிடமே இருந்தன. அதனால் உள்நாட்டுக்காரர்கள் வெளிநாட்டவரை வெறுத்தனர்.

ஒரு கட்டத்தில் நிறைய வெளிநாட்டு புனிதப் பயணிகள் வெளியேறியதால் அன்றாடப் பயன்பாட்டுப் பொருள்கள் மலிவாகக் கிடைத்தன. பொதுமக்களைத்தவிர சூஃபிகளும், சட்டவல்லுனர்களும் ஹிஜாஸில் நிறைந்திருந்தனர். இது பற்றியெல்லாம் தனது 'அன்ஃபாஸ்' நூலில் ஷாஹ் வலியுல்லாஹ் குறிப்பிடுகிறார்.

ஹிஜாஸில் திருமறை மற்றும் திருநபி வாக்கு ஆகியவற்றை ஆராய்வதிலேயே அதிக நேரத்தைச் செலவிட்டார் ஷாஹ் வலியுல்லாஹ். அதோடு க'அபாவின் முன்னாலும், நபிகள்

நாயகம் அவர்களின் அடக்கஸ்தலத்தின் முன்னாலும் அமர்ந்து அடிக்கடி தியானம் செய்தார்.

ஹிஜாஸில் இருந்தபோது ஷெய்கு வஃபாதுல்லாஹ், ஷெய்கு தாஜுத்தீன் ஹனஃபி ஆகிய இரண்டு நபிமொழி அறிஞர்களைச் சந்தித்தார். முக்கியமான ஷெய்கு வஃபாதுல்லாஹ்விடமிருந்து 'முவத்தா' எனும் நபிமொழித்தொகுப்பின் சிறப்பை முழுமையாக அறிந்துகொண்டார். அதிலிருந்து மக்களுக்குச் சொல்வதற்கான அனுமதியையும் அவர்களிடமிருந்து பெற்றுக்கொண்டார். ஷெய்கு தாஜுத்தீன் ஹனஃபியின் சொற்பொழிவுகளைச் சில நாட்கள் கேட்டார். அவரிடமிருந்து நபிமொழிகளின் ஆழங்களை அறிந்துகொண்டார். ஷெய்கு ஜைனுல் ஆபிதீன் போன்ற முஃப்திகளோடு இறையியல் தொடர்பாக ஷாஹ் வலியுல்லாஹ் விவாதம் செய்தார். ரமலான் மாதம் தொடங்கியபோது நோன்பு பிடித்த வண்ணம், இஸ்லாம் சிபாரிசு செய்யும் இஃதிகாஃப் எனும் தனிமையிலும் இருந்தார்.

அபூதாஹிர் என்ற ஒரு சூஃபியை ஷாஹ் வலியுல்லாஹ் மதினாவில் சந்தித்தார். தன்னுடைய குருவாகவே அவரை நேசித்தார். அவர்களது உறவின் அடையாளமாகத் தனது ஹிர்கா எனப்படும் சூஃபிப்போர்வையை ஷாஹ் வலியுல்லாஹ்வுக்கு விருப்பத்துடன் குரு அபூதாஹிர் வழங்கினார். நபிமொழிகள் பற்றிய தெளிவை ஷெய்கு அபூதாஹிருடனான உறவிலிருந்தே ஷாஹ் வலியுல்லாஹ் பெற்றுக்கொண்டார். நபிமொழிகள் பற்றிய கல்வி அவரின் மூலமாக முழுமை பெற்றதாக உணர்ந்தார். தன் தந்தைக்குப் பிறகு தன்மீது அதிகமாகத் தாக்கம் ஏற்படுத்தியவர் குரு அபூதாஹிர்தான் என்று சொன்னார்.

ஆனாலும் எல்லா விஷயத்திலும் அவர் அபூதாஹிர் சொன்னதை ஏற்றுக்கொள்ளவில்லை. தன்னுடைய சொந்தக் கருத்து சரி என்று நினைத்தபோதெல்லாம் அவர் குருமார்களிடமிருந்தும் மரியாதையுடன் வேறுபட்டார். அங்கு நடந்த சில நிகழ்வுகளில் தன் கருத்தை எடுத்துச்சொல்ல அவர் தயங்கியதே இல்லை.

உதாரணமாக ஷெய்கு அஹ்மது இத்ரீஸ் என்பவரின் மாணவர் ஒருவர் தொழுகையின்போது தப்பத் யதா அபூ லஹபின் வ தப் (அபூலஹபின் கைகள் நாசமாகட்டும்) என்ற திருமறையின் வசனத்தை ஓதினார். இந்த அஹ்மது இத்ரீஸ் என்பவர் அபூதாஹிருக்கு குருவாக இருந்தவர் என்பது குறிப்பிடத்தக்கது.

அந்தத் திருமறை வசனத்தை அம்மாணவர் ஓதியது ஷெய்கு அஹ்மது இத்ரீஸுக்கு சரியாகப்படவில்லை. நபிகளாரின் தந்தைவழிச் சித்தப்பாவான அபூலஹபை இறைவன் சபிக்கலாம். ஆனால் நாம் அப்படிச் சொல்லக்கூடாது என்பது அவரது கருத்தாக இருந்தது.

ஆனால் ஷாஹ் வலியுல்லாஹ் அக்கருத்தோடு முரண்பட்டார். ‘இப்படிப்பட்ட எண்ணங்கள் நபிகள் நாயகம் அவர்கள்மீது கொண்ட அதீத மரியாதையினால் வந்திருக்கலாம். ஆனால் இந்த மாதிரியான விஷயங்களில் நாம் நபிகள் நாயகத்தோழர்களின் வழியையும், அவர்களுக்குப் பின்னால் வந்த சமுதாயமான தாபியீன்களையும்தான் பின்பற்ற வேண்டும். அந்த வசனம் பெருமானாரின் பெருமையைச் சொல்வதாக எடுத்துக்கொள்ளலாம்’ என்று ஷாஹ் வலியுல்லாஹ் தனது ஒரு நூலில் குறிப்பிட்டார். ஒருவர் எவ்வளவு பெரிய குருவாக, தான் குரு என்று கருதியவரின் குருவாகவே இருந்தாலும், மாறுபட்ட தன் சொந்தக்கருத்து சரியென்று நினைத்தால் அதைச்சொல்ல ஷாஹ் வலியுல்லாஹ் தயங்கியதே இல்லை.

மக்காவிலும் மதினாவில் பெருமானாரின் அடக்கஸ்தலத்திலும் பல நாட்கள், வெகு நேரம் ஷாஹ் வலியுல்லாஹ் தியானத்தில் ஈடுபட்டார். அப்போது அவருக்குக் கிடைத்த ஆன்மிக அனுபவங்களை ‘ஃபுயூஸுல் ஹரமைன்’ என்ற நூலில் விரிவாக எழுதியுள்ளார். ஆன்மிகத்தில் அவர் முழுமை பெறுவதற்கு அவ்வனுபவங்கள் உதவின. பெருமானாரைக் கனவில் கண்டு உரையாடியது அவர் பெற்ற பல ஆன்மிக அனுபவங்களில் ஒன்றாகும். புனிதப் பயணத்தின்போது தனக்குக்கிடைத்த மாபெரும் பரிசு, அருட்கொடை என்று அவர் அதை மிகச்சரியாக வர்ணித்தார்.

அக்காலகட்டத்தில் அவர் பல கனவுகளைக் கண்டார். அவற்றில் இரண்டை அவரே மிக முக்கியமானதாகக் கருதுகிறார். அக்கனவு களைக் கண்ட தேதிகளையும் அவர் குறித்து வைத்துள்ளார்.

முதல் கனவு வந்தது ஸஃபர் மாதம் 10ம் தேதி, ஹிஜ்ரி 1144/கிபி ஆகஸ்ட் 14, 1731. இக்கனவில் பெருமானாரின் பேரர்களான இமாம் ஹஸன், இமாம் ஹுஸைன் ஆகியோரைத் தன் இருப்பிடத்தில் சந்திக்கிறார். இமாம் ஹஸன் கையிலிருந்த

பேனா முனை உடைந்திருந்தது. அதை முதலில் ஷாஹ் வலியுல்லாஹ்விடம் கொடுக்க விரும்பியவரைப்போலக் கையை நீட்டிய ஹஸன் அவர்கள், 'முதலில் இதை உங்களுக்காக ஹுஸைன் பழுதுபார்த்துத் தரட்டும். இதை அவர் முதலில் சரிசெய்து வைத்தபோது இருந்தமாதிரி இல்லை' என்று சொல்லிய வண்ணம் கையை பின்னுக்கு இழுத்துக்கொண்டார்கள்.

அந்தப் பேனா தன் பாட்டானாராகிய முஹம்மது நபியவர்களுடையது என்றும் கூறினார்கள். பின்னர் அந்தப் பேனாவைச் சரிசெய்து இமாம் ஹுசைன் அதை ஷாஹ் வலியுல்லாஹ்விடம் கொடுத்தார்கள். பின்னர் வெள்ளையிலும் பச்சையிலும் கோடுகள் போடப்பட்ட ஒரு போர்வை ஷாஹ் வலியுல்லாஹ்வுக்குப் போர்த்தப்பட்டது. அதுவும் பெருமானாருடைய போர்வையே என்று சொல்லப்பட்டது.

கனவு கலைந்தபின் ஷாஹ் வலியுல்லாஹ் இறைவனுடைய கருணைக்கு நன்றி செலுத்தினார். ஒரு புதிய உலகத்துக்குத் தன்னை அழைத்துச்சென்ற மாதிரி உணர்ந்தார். மார்க்கத்துப் புத்துயிர் ஊட்ட பல நூல்களை எழுத வேண்டும் என்ற எண்ணம் ஆழமாக வந்தது. கனவில் வந்த பேனா அவர் எழுதவேண்டும் என்பதற்கான குறியீடாக இருந்தது. மார்க்கத்துக்குப் புத்துயிரூட்டும் தனது முயற்சிகளுக்கு நிறையத் தடைகள் வரும் என்பதை ஷாஹ் வலியுல்லாஹ் உணர்ந்து கொண்டார். கர்பலாவில் இன்னுயிரீந்த இமாம் ஹுசைனுடைய மன உறுதி தனக்கும் வேண்டும் என்று புரிந்துகொண்டார். அந்த நிகழ்ச்சிக்குப் பிறகு ஷாஹ் வலியுல்லாஹ்வின் பேச்சிலும் நடத்தையிலும் நிறைய வித்தியாசத்தைப் பார்க்க முடிந்தது.

மக்காவிலிருந்தபோது அவநம்பிக்கையாளர்களின் தலைவனாக உள்ள ஒரு ராஜா வெற்றிமேல் வெற்றிபெற்று இந்தியாவின் அரியணையில் இருப்பதாகக் கனவு வந்தது. முஸ்லிம்களின் உயிர்களுக்கும் உடைமைகளுக்கும் பாதுகாப்பு இல்லாமலிருந்தது. அஜ்மீரைத் தலைநகராகக்கொண்டு அங்கே ஆட்சி நடந்தது. இஸ்லாமும் அதன் சட்டதிட்டங்களும் நசுக்கப்பட்டன.

என்ன செய்வது என்று ஷாஹ் வலியுல்லாஹ்விடம் கேட்கப்பட்டபோது, மொத்த அமைப்பையும் தகர்க்கவேண்டும் என்று பதில் வந்தது. பின்னர் உள்நாட்டுக் கலகம் உருவானது

இந்தியாவில். கொலை, கொள்ளை மலிந்தது. ஆனால் இறுதியில் முஸ்லிம்களுக்கு வெற்றி கிடைத்தது. அவநம்பிக்கை யாளர்களின் தலைவனாக இருந்த ராஜா கொல்லப்பட்டான். அவனது ஆதரவாளர்கள் சிதறுண்டு ஓடினர்.

இந்தியாவில் முகலாயர்களின் ஆதிக்கம் குறைந்து மராத்தியர்கள், ஜாட்டுகள் ஆகியோரின் ஆதிக்கம் அதிக மானதையும், பின்னர் மீண்டும் முஸ்லிம்களிடம் ஆட்சி சென்றதையும் அது குறித்தது. இந்தச் சரித்திர நிகழ்வுகளைப் பின்னணியாக வைத்தே ஆப்கன் அரசர் முஹம்மது ஷா அப்தாலிக்கு ஷாஹ் வலியுல்லாஹ் கடிதம் எழுதியதையும் புரிந்துகொள்ளவேண்டும்.

அதே கனவில் தனக்கு 'காயிமுஸ்ஸமான்' (காலத்தின் மார்க்க அச்சு) என்ற பட்டம் கொடுக்கப்படுவதாகவும் கண்டார். அதாவது முஸ்லிம் தேசத்தை வழிநடத்திச் செல்லவேண்டிய பொறுப்பு தன்னிடம் ஒப்படைக்கப்பட்டிருப்பதாக அவர் உணர்ந்துகொண்டார்.

இந்த மாதிரியான கனவுகள் மூலமாக அவருக்கு வாழ்க்கையின் ரகசியங்களும் மார்க்கத்துக்குள் நிலவி வந்த பிரச்னைகளும் அவற்றுக்கான தீர்வுகளும் சொல்லப்பட்டன.

மதினாவிலிருந்தபோது பலமுறை நபிகள் நாயகம் அவர்களைக் கனவில் கண்டு உரையாடினார். ரொம்பக் காலமாகத் தன்மனதை அரித்துக்கொண்டிருந்த பல கடினமான, முக்கியமான, மார்க்கம் தொடர்பான கேள்விகளுக்குப் பெருமானார் மூலம் பதிலைத் தெரிந்துகொண்டார்.

உதாரணமாக, நேர்வழி காட்டப்பட்ட நான்கு கலீஃபாக்களின் வழிமுறையும் சரியானதே. ஒவ்வொருவருக்கும் இறையருளைக் கொண்டு தனித்துவம் இருந்தது. இவர் உயர்ந்தவர், அவர் தாழ்ந்தவர் என்ற கருத்தெல்லாம் சரியானவை அல்ல. நான்கு கலீஃபாக்களுமே சரிசமமானவர்கள், உயர்ந்த நிலையிலுள்ளவர் கள். அப்படி நினைப்பது முஸ்லிம்களிடையே வெறுப்பையும் ஒற்றுமையின்மையையும்தான் வளர்க்கும் என்று அவருக்குச் சொல்லப்பட்டது.

சிஷ்தி, நக்ஷபந்தி, காதிரி, சுஹ்ரவர்தி போன்ற எல்லா ஆன்மிகப்பாதைகளுமே இறைவனுக்கு உகந்தவையே.

இறைவன் முன்னிலையில் அவை ஒன்றுக்கொன்று இணையானவையே. எந்த ஒரு பாதையை நோக்கியும் பெருமானாரின் சாய்வு இருக்கவில்லை. இறைவனுக்காகச் செய்வதானால் யார் எந்தப் பாதையை வேண்டுமானாலும், அல்லது எல்லாப் பாதைகளையும் பின்பற்றலாம்.

ஷாஃபி, ஹனஃபி, மாலிகி, ஹம்பலி என்று எந்த சிந்தனைப் பள்ளியும் ஒன்றைவிட ஒன்று உயர்ந்ததல்ல. அவை அடிப்படையில் ஒன்றுதான். பெருமானாரின் கண்களுக்கு அவை எல்லாமே ஒரே முக்கியத்துவம் உடையவைதான் என்றெல்லாம் கனவில் தோன்றிய முஹம்மது நபியவர்கள் ஷாஹ்வலியுல்லாஹ்விடம் சொல்லிச் சென்றார்கள். தேவையற்ற எல்லாச் சந்தேகங்களையும் அக்கனவு நீக்கியது.

இந்தியாவில் பிரிந்துகிடக்கும் இஸ்லாமிய சக்திகளை ஒன்று சேர்க்கவேண்டும் என்ற செய்தியையும் பெருமானாரின் அடக்கஸ்தலத்தில் கண்ட ஒரு கனவின் மூலம் ஷாஹ் வலியுல்லாஹ் பெற்றுக்கொண்டார்.

இஸ்லாமிய ஷரியத்தின் விவாதத்துக்குரியவற்றைப் பேச வேண்டாம் என்றும் அறிவுறுத்தப்பட்டார்.

மக்களிடம் செய்தியைக் கொண்டு செல்லும்போது நபிமார்கள் பின்பற்றிய வழியையே பின்பற்ற வேண்டுமென்றும் என்றும், தன் எழுத்திலும் பேச்சிலும் கருணையோடு இருக்கவேண்டும் என்றும், மக்களுடைய இம்மைக்காகவும் மறுமைக்காகவும் இறைவனிடம் கேட்கவேண்டும் என்றும் அவருக்கு அறிவுறுத்தப்பட்டது.

ஷாஹ் வலியுல்லாஹ் கண்ட பல கனவுகள் அவருக்கு ஆன்மிக ரீதியில் ஒரு மீட்சியைக் கொடுத்தன என்றே சொல்லவேண்டும்.

ஒருமுறை பெருமானாரின் பிறந்த நாள் கொண்டாட்டத்தின் போது பெருமானார் மக்காவில் பிறந்த இடத்தில் விழா எடுக்கப்பட்டது. பெருமானார் பிறந்தபோது நிகழ்ந்த அற்புதங் களைப்பற்றி சிலர் பேசிக்கொண்டிருந்தபோது கேட்டவர்கள் அனைவரும் பெருமானார்மீது ஸலவாத் எனும் புகழ் மொழிகளை அனுப்பிக்கொண்டிருந்தனர்.

அப்போது அந்தப்பகுதி முழுவதுமே ஒரு தெய்வீக ஒளி மற்றும் நறுமணத்தால் நிரம்பியதை ஷாஹ் வலியுல்லாஹ் உணர்ந்தார். தன் பௌதீக உறுப்புகளால் அதை உணர்ந்தாரா அல்லது ஆன்மிக ரீதியாகவா என்று அவரால் முடிவுக்கு வரமுடியவில்லை. ஆனால் கூடியிருந்த அனைவருமே அந்தத் தெய்வீக ஒளியில் அமிழ்ந்திருந்தனர் என்பதை மட்டும் அவரால் நிச்சயமாகச் சொல்லமுடிந்தது.

ஷாஹ் வலியுல்லாஹ்வின் புனிதப்பயணம் அவருக்குக் கல்வி ரீதியாகவும், ஆன்மிக ரீதியாகவும் பயன் கொடுத்தது. ஆன்மிக முழுமை என்பது பெருமைப்படத்தக்கப் பரிசாகும். அதை ஷாஹ் வலியுல்லாஹ் பெற்றுக்கொண்டார். அதோடு, நபிமொழிகளின் ஆராய்ச்சியை இந்தியாவில் முழுமையாகச் செய்யமுடியாமல் இருந்தது. அந்தக்கவலையும் ஹிஜாஸில் போய்விட்டது. நபிமொழிகளின் அகத்தையும் புறத்தையும் தெளிவாக ஷாஹ் வலியுல்லாஹ் அறிந்துகொண்டார்.

அந்தப் பயணமே கல்வியின் ஒரு பகுதியாக இருந்தது. உள்ள ரீதியிலும் ஆன்மிக ரீதியிலும் அவர் பெரும் உயரங்களை அடைந்தார். முஸ்லிம் இந்தியாவுக்கு எந்த அளவுக்கு அவரால் வழிகாட்ட முடிந்தது என்பதை அவரது 'ஹுஜ்ஜத்' என்ற ஒரு நூலின் மூலம் நாம் புரிந்துகொள்ள முடியும்.

எல்லாப்பாதைகளையும் மறந்துபோனேன்
உங்கள் இருப்பிடம் செல்லும் பாதை தவிர

என்று ஊருக்குத் திரும்பு முன் தான் குருவாக நினைத்த அபூதாஹிருக்குத் தன் பிரிவுக் கவிதையை எழுதி ஷாஹ் வலியுல்லாஹ் சமர்ப்பித்தார் அதைக்கேட்டு அபூதாஹிர் ஆனந்தக்கண்ணீர் சிந்தினார். ஆனால் இக்கவிதை அபூதாஹிரால் சொல்லப்பட்டது என்றும், பதிலுக்கு ஷாஹ் வலியுல்லாஹ்,

நான் படித்ததெல்லாம் மறந்துவிட்டது
ஹதீஸையும் மதநூல்களையும் தவிர

என்று பதில் கவிதை சொன்னதாக அவர் மகன் ஷாஹ் அப்துல் அஜீஸ் பதிவுசெய்திருப்பதாக மௌலானா அபுல் ஹசன் அலீ நத்வி தன் Saviours of Islamic Spirit என்ற நூலில் பதிவு செய்கிறார்.

அரேபிய ஆசிரியர்கள்

ஹஜ்ஜை நிறைவேற்றியது மட்டுமின்றி ஹதீஸ் எனப்படும் நபிமொழிகளுக்கான விளக்கங்களை சிலரிடமிருந்து கற்றுக்கொண்டார். முக்கியமாக ஷெய்கு வஃபாதுல்லாஹ், ஷெய்கு தாஜுத்தீன் ஹனஃபி, ஷெய்கு அபூதாஹிர் ஆகிய மூன்று பேரிடமிருந்து.

அதில் ஷெய்கு அபூதாஹிர் நபிமொழிக்கலை விற்பன்னராக மட்டுமில்லாமல் ஒரு சூஃபியாகவும் இருந்தார். தன் தந்தைக்குப்பிறகு அபூதாஹிரையையே தான் மிகவும் மதிப்பதாக ஷாஹ் வலியுல்லாஹ் குறிப்பிட்டார். பெருமானாரின் புகழ்பாடும் கவிமாலைகளான 'தலாயிலுல் ஹைராத்', 'புர்தா ஷரீஃப்', 'ஹிஸ்புல் பஹ்ர்', 'கூத்துல் குலூப்' போன்ற பிரார்த்தனைகளை ஓதுவதற்கான அனுமதியை அவரிடமிருந்து பெற்றுக்கொண்டார். அபூதாஹிரும் அவரது மாணவர்களும் தொழுகையைப் பேணுவதில் ஷாஃபி என்ற சிந்தனைப் பள்ளியின் வழிமுறையைப் பின்பற்றுபவர்களாக இருந்தனர்.

ஆழமான ஆய்வுக்குப்பிறகு, அடிப்படைக் கோட்பாடுகளைப் பொறுத்தவரை ஷாஃபி, ஹனஃபி, ஹம்பலி, மாலிகி ஆகிய நான்கு வழிமுறைகளுமே ஒன்றுதான் என்பதை ஷாஹ்வலியுல்லாஹ் புரிந்துகொண்டார். அதன்படியே தன் மாணவர்களுக்கும் தெளிவை ஏற்படுத்தினார். தன் தந்தையையும் தாய்மாமாவையும்போல தொழுகையைப் பேணும் முறையில் ஷாஹ்வலியுல்லாஹ் ஹனஃபியாக இருந்தார்.

அரேபியாவில் தான் சந்தித்த மனிதர்களைப்பற்றியும் அவரது அனுபவத்தையும் ஷாஹ் வலியுல்லாஹ் தனது 'அன்ஃபாஸ்' என்ற நூலில் விவரித்துள்ளார்.

தான் ஒரு புதிய உலகத்துக்கு அழைத்துச் செல்லப்பட்டதாக ஷாஹ் வலியுல்லாஹ் அப்போது உணர்ந்தார். நிறைய உள் உதிப்புகளும், உந்துதல்களும், கனவுகளும் அவருக்கு வந்தன. இஸ்லாம் மற்றும் ஆன்மிகம் தொடர்பாக நிறைய நூல்களை அவர் எழுதவேண்டும் என்பதற்கான குறிப்பாக அவற்றை ஷாஹ் வலியுல்லாஹ் உணர்ந்தார்.

அதன்பிறகு அவரிடம் நிறைய மாற்றங்கள் ஏற்பட்டன. மேலும் பல கனவுகள் வந்தன. மனிதன் மற்றும் பிரபஞ்சத்தைப்பற்றிய

பல ரகசியங்களை அக்கனவுகளிலிருந்து அவர் புரிந்து கொண்டார்.

மதினாவிலிருந்தபோது பலமுறை பெருமானார் அவருக்குக் காட்சி கொடுத்தார்கள். பல கடினமான விஷயங்களுக்கான விளக்கத்தையும், கடினமான கேள்விகளுக்கான பதில்களையும் அவர்களிடமிருந்து ஷாஹ் வலியுல்லாஹ் பெற்றுக்கொண்டார். நேர்வழி காட்டப்பட்ட நான்கு கலீஃபாக்களுக்கிடையில் வேறுபாடில்லை, காதிரிய்யா, நக்ஷபந்தியா போன்ற எல்லா ஆன்மிகப்பாதைகளும், ஷாஃபி, ஹனஃபி, மாலிக்கி, ஹம்பலி போன்ற எல்லாத் தொழுகை முறைகளும் சரியானவையே, சமமானவையே என்ற தகவல்களையும் பெருமானாரிமிருந்து பெற்றுக்கொண்டார்.

மக்கா மதீனா சென்று வந்த அனுபவமானது அறிவு ரீதியாகவும், ஆன்மிக ரீதியாகவும் அவருக்குப் பெரும் முதிர்ச்சியைக் கொடுத்திருந்தது.

மீண்டும் டெல்லியில்

ஷாஹ் வலியுல்லாஹ் மக்கா மதினாவுக்குச் சென்றுவிட்டு 1732 அக்டோபரில் ஒரு வெள்ளிக்கிழமையன்று டெல்லி திரும்பினார். சந்திரமானக் கணக்குப்படி 27 மாதங்களும், எட்டு நாட்களும் அவர் இந்தியாவில் இல்லை. இரண்டு ஆண்டுகளுக்கும் மேலாக மக்கா மதினாவில் தங்கியிருந்துள்ளார்.

அவர் அரேபியாவிலிருந்தபோதே இந்தியாவுக்கு வரவேண்டாம், சூழ்நிலை பாதுகாப்பாக இல்லை என்று சில நண்பர்கள் அவருக்குக் கடிதம் அனுப்பினர். ஆனால் ஷாஹ்வலியுல்லாஹ் அடிப்படையிலேயே மிகவும் துணிச்சலானவர். அதனால் அவர் ஏற்கெனவே முடிவு செய்திருந்தபடி டெல்லி திரும்பினார். ஹிஜாஸிலிருந்து இந்தியாவுக்கு ஷாஹ் வலியுல்லாஹ் திரும்பிக்கொண்டிருந்தபோது தன் அம்மா இறந்துபோன செய்தியைத் தெரிந்துகொண்டார். இந்தியா திரும்பிய இரண்டு மாதங்களில் ஷெய்கு அபூதாஹிரும் இறந்துபோனார்.

ஹிஜாஸில் தங்கியிருந்த இனிய நினைவுகள் ரொம்ப காலம் ஷாஹ் வலியுல்லாஹ்விடம் இருந்தன. தனக்குச் சொல்லிக் கொடுத்தவர்களுக்கு அடிக்கடி டெல்லியிலிருந்து கடிதங்கள்

எழுதிக்கொண்டே இருந்தார். அவற்றில் பதினோறு கடிதங்களை மட்டும் மௌலானா ரஹீம் பக்ஷ் தெஹ்லவி என்பவர் வைத்திருந்தார். அவற்றிலும் மூன்று மட்டும்தான் டெல்லியிலிருந்து ஹிஜாஸுக்கு அனுப்பப்பட்டன. ஷாஹ் வலியுல்லாஹ் டெல்லிக்குத் திரும்பிய காலகட்டத்தில் முகலாயர்களின் ஆட்சி ஒரு முடிவுக்கு வந்துகொண்டிருந்தது.

அந்தக் காலகட்டத்தில் இந்தியாவில் பல முக்கிய அரசியல் மாற்றங்கள் நிகழ்ந்துவிட்டிருந்தன. சக்கரவர்த்தி அவ்ரங்கஸீபின் வாரிசுகளால் ஆட்சியைத் தக்கவைத்துக்கொள்ள முடிய வில்லை. டெல்லி அரண்மனையில் ரத்தம் சிந்தப்பட்டது. முகலாய மன்னர்களின் கிரீடம் விளையாட்டுப் பொருளாகிப் போனது.

ஆட்சியாளர் முஹம்மது ஷாவை எதிர்த்து சீக்கியர்களும் ஜாட்டுகளும் கிளம்பியிருந்தனர். ஏற்கெனவே மராத்தியர்கள் தங்கள் எதிர்ப்பையும் ஆளுமையையும் காட்டியிருந்தனர். வெற்றிபெறும் பக்கம் சாய்வதற்குப் பலர் காத்திருந்தனர். முகலாய நிர்வாகம் சிதறுண்டு போனது.

சமுதாயத்திலும் நேர்மை, ஒழுக்கம் போன்ற நற்குணங்கள் மறைந்து போயின. பலவீனமான பொருளாதாரத்தால் ஏழைகள் நசுக்கப்பட்டனர். சாலையில் பயணிப்பது பாதுகாப்பற்றதாகப் போனது. உயிருக்கும் உடைமைக்கும் உத்தரவாதம் இல்லாமல் போனது. போலி சூஃபிகளும் உலாவர ஆரம்பித்தனர்.

இந்தச் சூழலுக்கு எதிராக ஷாஹ் வலியுல்லாஹ் தன் எழுத்தின்மூலம் நிறைய எதிர்வினையாற்றினார். எனவே ஹஜ்ஜுக்காக மக்கா, மதீனா சென்றது ஒருவித நிம்மதியையும் ஆன்மிக விடுதலையையும், அடுத்து என்ன செய்யலாம் என்று யோசித்து முடிவு செய்யும் வாய்ப்பையும் அவருக்குக் கொடுத்திருக்கவேண்டும்.

மக்கா மதினாவுக்குச் சென்று வந்தது ஒரு புதிய தெம்பையும், தெளிவையும், அமைதியையும் ஷாஹ் வலியுல்லாஹ்வுக்குக் கொடுத்திருந்ததை அவரது மகன்களும், சீடர்களும் நன்றாகவே உணர்ந்தார்கள். முப்பது ஆண்டுகளில் எழுபதுக்கும் அல்லது தொண்ணூறுக்கும் மேற்பட்ட நூல்களை அவர் எழுதி முடித்திருந்தார்.

டெல்லிக்குத் திரும்பிய பின்னும் தனக்கு பல விஷயங்களில் தெளிவை ஏற்படுத்திய ஹிஜாஸ் ஆசிரியர்களுக்கு அடிக்கடி கடிதம் எழுதிக்கொண்டிருந்தார். அதில் பதினோறு கடிதங்கள் நமக்குக் கிடைத்துள்ளன. தனக்கு ஆசிரியராக இருந்த அபூதாஹிரின் மறைவுக்கு ஆறுதல் சொல்லி அவர் மகனுக்கு ஷாஹ் வலியுல்லாஹ் எழுதிய கடிதமும் அதில் உண்டு. ஷாஹ் வலியுல்லாஹ் அரேபியாவிலிருந்து டெல்லிக்குத் திரும்பிய காலகட்டத்தில் டெல்லியில் பெரும் அரசியல் குழப்பங்கள், குளறுபடிகள் நிகழ்ந்தன. முகலாய சாம்ராஜ்ஜியம் ஒரு முடிவுக்கு வந்துகொண்டிருந்தது.

6

சீர்திருத்தங்களும் சேவைகளும்

அரேபியாவிலிருந்து திரும்பிய பிறகு மீண்டும் ரஹீமிய்யா பள்ளியின் முதல்வராக ஷாஹ் வலியுல்லாஹ் பொறுப்பேற்றுக் கொண்டார். கல்விக் கொள்கையில் முக்கிய சீர்திருத்தங்களைக் கொண்டுவந்தார். ஒரு வகுப்புக்கு ஓர் ஆசிரியர் என்ற நிலையை மாற்றி, ஒவ்வொரு பாடத்துக்கும் ஓர் ஆசிரியர் என்று இன்று பள்ளி கல்லூரிகளில் இருப்பதுபோலக் கொண்டுவந்தார்.

தன் மாணவர்களுக்கு அவரவர்க்கு மிகவும் பிடித்த பாடத்தில் சிறப்புப் பயிற்சி கொடுத்தார். ஒரு மாணவர் ஒரு பாடத்தில் மிகவும் ஆர்வம் கொண்டவராகவும், அதை ஆழமாகப் புரிந்துகொண்டவராகவும் இருந்தால் அந்தப் பாடத்தை மற்ற மாணவர்கள் அவரிடமிருந்தே கற்றுக்கொள்ளும்படி அதை அந்த மாணவரின் பொறுப்பில் விட்டார். அதனால் அவருக்குக் கிடைத்த நேரத்தைப் புத்தகங்கள் எழுதுவதற்கும், நபிமொழிகளின் ஆழங்களை எடுத்துச்சொல்லவும் பயன்படுத்திக் கொண்டார்.

பொதுவாக அதிகாலைத் தொழுகையான ஃபஜ்ர் என்ற தொழுகைக்குப் பின்னர் சூரியன் உதயமாகிப் பத்துப் பதினைந்து

நிமிடங்கள் கழித்து கடமையல்லாத ஒரு தொழுகை தொழலாம். அதற்கு இஷ்ராக் தொழுகை என்று பெயர். அதைத் தொழுதுவிட்டு ஷாஹ் வலியுல்லாஹ் எழுத அமர்ந்துவிடுவார். பகல்வரை எழுதிக்கொண்டே இருப்பார். உடலை அசைக்கக்கூட மாட்டார். அரித்தால் சொரிய மாட்டார். எச்சில் துப்பமாட்டார். அப்படிப்பட்ட தனிமையில் அவருக்கு உதிக்கும் உண்மைகளைத் தன் எழுத்தில் கொண்டுவருவார். இப்படியாகக் கிட்டத்தட்ட முப்பது ஆண்டுகள் அவர் தொடர்ந்து எழுதிக் கொண்டே இருந்தார்.

திருமறையைப் புரிந்துகொள்வதற்கு ரஹீமிய்யாவில் மிகுந்த முக்கியத்துவம் அளிக்கப்பட்டது. ஆனால் அதற்கான விளக்கம் சொல்லித்தரப்படவில்லை. அரபி வசனங்களுக்கான நேரடியான பொருள்மட்டும் சொல்லப்பட்டது. குறிப்பிட்ட அளவு திருமறை, ஹதீஸ் ஆகியவற்றை அறிந்துகொண்ட பின்னரே திருமறை வசனங்களுக்கான விளக்கங்களெல்லாம் உயர்வகுப்பில் சொல்லித்தரப்பட்டன.

நபிமொழிகளை அறிந்துகொள்ளாமல் நேரடியாக இறைவனின் மொழியை அறிந்துகொள்வது சரியல்ல, குறிப்பாக, தான் அறிந்துகொண்டதுபோல இமாம் மாலிக் அவர்களின் ‘முவத்தா’ தொகுப்பைப் பற்றி மக்கள் அறிந்துகொள்ளவேண்டும் என்று ஷாஹ் வலியுல்லாஹ் நினைத்தார். திருமறையை அடுத்து காலத்தால் முந்திய முக்கியமான நூல் அதுதான் என்று அவர் கருதினார்.

பொருளாதார நோக்கம் எதுவுமில்லாமல் பள்ளியில் படிப்பவர்கள் தெளிவு பெறுவதற்காகவும் மேலும் ஆர்வமுள்ள முஸ்லிம்களுக்குப் பலனளிப்பதற்காகவும் பல நூல்களை அவர் தன் வாழ்நாள் முழுவதும் எழுதிக்கொண்டே இருந்தார். காலம் செல்லச்செல்ல புதிய புதிய விஷயங்களை விளக்கி எழுதவேண்டிய அவசியமும் அவருக்கு ஏற்பட்டது. அதையும் ஒரு கடமையாகவே அவர் செய்தார்.

குழப்பத்திலும் கோளாறிலும் நாடு

தடியெடுத்தவனெல்லாம் தண்டல்காரன் என்பது மாதிரி நாட்டில் நிறையக் குழப்பங்கள் மலிந்திருந்தன. மக்கள்

மிருகங்களைப்போல நடத்தப்பட்டார்கள். நஜ்ரானா என்று சொல்லப்படும் பரிசுப்பொருள்கள் அல்லது பணம் ஆயுதங்களைக்காட்டி மக்களிடமிருந்து பறிக்கப்பட்டன. ஒன்றிய அரசு வலுவிழந்திருந்தது அல்லது இல்லாமலிருந்தது. விவசாயிகளும் தொழிலாளிகளும் மிரட்டப்பட்டு பணம் பறிக்கப்பட்டனர். மராத்தியர்கள், ஜாட்டுகள்,ரோஹிலாக்கள் என்று மாறிமாறி வந்து பொதுமக்களிடம் ஆயுதமுனையில் பணம் பிடுங்கிச்சென்றனர்.

வரிவிதிப்பு என்ற பெயரில் பொதுமக்களின் பணம் கொள்ளையடிக்கப்பட்டது. ஞானிகளின் அடக்கஸ்தலங்களில் பெண்களின் நாட்டியம் அவ்வப்போது நடந்தது. இஸ்லாத்தின் அடிப்படைக் கோட்பாடுகள்கூட காற்றில் பறந்தன. பணக்காரர்கள் மதுவுக்கும் மங்கைக்கும் அடிமைகளாயினர். அரண்மனைக்குள் சுயநலமிகள் புகுந்தனர்.

முஹம்மது ஷாஹ் என்ற பெயரோடு 13-வது முகலாயச் சக்கரவர்த்தியாக இருந்த ரோஷன் அக்தருக்கு, ரங்கீலா (இன்பம் விரும்பி) என்று ஒரு பெயர் இருந்தது. முகலாயர்களின் காலத்தில் இல்லாமலிருந்த மதரீதியான வாக்குவாதங்களெல்லாம் அவர் காலத்தில் மேலோங்க ஆரம்பித்தன. முஸ்லிம் சமுதாயத்துக்கு உள்ளிருந்தும் வெளியிலிருந்தும் தாக்குதல் தொடங்கியது. முஸ்லிம்கள் ஷியா, ஸுன்னி கருத்து வேறுபாடுகளால் ஒருவருக்கொருவர் மோதிக்கொண்டனர்.

தொழுகை முறையில் பிரிவுகள் தோன்றின. ஒவ்வொரு இஸ்லாமிய ஆன்மிகப்பாதையும் அடுத்த பாதையை மட்டமாகப் பார்த்தது. ஷியாக்கள் முஸ்லிம்களே அல்ல என்று சொல்ல மறுத்ததற்காக ஷாஹ் வலியுல்லாஹ்கூட ஒரு ஷியாதான் என்று விமர்சிக்கப்பட்டார்!

முகலாய சாம்ராஜ்ஜியத்துக்குள் ஷியாக்களின் ஆதிக்கம் மேலோங்கி இருந்தது. அக்பரின் ஆசிரியர் பைராம் கான், ஜஹாங்கீரின் மனைவி நூர் ஜஹான், பிரதம மந்திரியாக இருந்த அவளது சகோதரர் ஆசஃப் கான் மற்றும் பலர் ஷியாக்களாகவே இருந்தனர்.

முஹம்மது ஷாவின் ஆட்சிக்காலத்தில் ஓரினச்சேர்க்கை அதிகமாக இருந்தது. முஸ்லிம் மார்க்க அறிஞர்களின்

மனைவிமார்கள் ஓரிறைக்கொள்கையைக் கைவிட்டனர். மார்க்க அறிஞர்களின் தாடி அரச சபையில் கேலிக்குள்ளாக்கப்பட்டது.

ஆனாலும் இந்த ரங்கீலாவினால் ஷாஹ் வலியுல்லாஹ்வுடைய ரஹீமிய்யாப்பள்ளிக்கு ஒரு நன்மை கிடைத்தது. மாணவர்களின் எண்ணிக்கை அதிகமாகிக்கொண்டே போனது. எல்லாரையும் சேர்த்துக்கொள்ள இடம் போதவில்லை. எனவே டெல்லியிலிருந்த ஷாஜஹானுடைய முஹல்லா (பகுதி) முழுவதையுமே ரஹீமிய்யாவுக்காக சக்கரவர்த்தி ரங்கீலா கொடுத்துதவினார். 1857ல் நடந்த சுதந்திரப் போராட்ட நேரத்தில் ரஹீமிய்யா அழிந்துபோனது. அது எங்கே இருந்தது என்றுகூடக் கண்டுபிடிக்க முடியாதபடி ஆனது.

அப்போது நிலவிய மோசமான சூழ்நிலையில் சரியான பாதையைக் காட்டவேண்டிய பொறுப்பு ஷாஹ் வலியுல்லாஹ்வுக்கு ஏற்பட்டது. ஆன்மிகத் தலைவர்களுக்கும், மார்க்க அறிஞர்களுக்கும், மதபோதகர்களுக்கும், முஸ்லிம் மன்னர்களுக்கும், அரசாங்கத்தில் உயர்பதவியில் இருக்கும் பிரபுக்களுக்கும், ராணுவ வீரர்களுக்கும், கலைஞர்களுக்கும், பொதுவான முஸ்லிம் சமுதாயத்தினருக்கும் அவர் தனது எழுத்துகள் மூலம் அறிவுரைகள் வழங்கினார்.

மார்க்கப்பங்களிப்பு

மார்க்கத்தில் ‘அக்கல்’ எனப்படும் புரிந்துகொள்ளும் அறிவுக்கு ஷாஹ் வலியுல்லாஹ் மிகுந்த முக்கியத்துவம் கொடுத்தார். அது மனிதனின் எல்லாத் திறன்களையும்விட உயர்ந்தது என்று தனது ‘ஹுஜ்ஜதுல்லாஹுல் பாலிகா’ நூலில் அதுபற்றி விரிவாக எழுதினார். தனது வாதங்களுக்கு ஆதாரமாகத் திருமறையிலிருந்தும் நிறைய நபிமொழிகளிலிருந்தும் அவர் மேற்கோள் காட்டினார்.

மார்க்கத்தின் கட்டளைகள் தெய்வத்தின் கட்டளைகள் என்பதனால் மட்டும் நிறைவேற்றப்பட வேண்டியவையல்ல, அவை மானிட அறிவுக்குப் பொருத்தமானவை. இஸ்லாமியச் சட்டதிட்டங்கள் மருந்துகளைப்போன்றவை. ஒரு மருந்துக்குள் இருக்கும் வேதிப்பொருள்கள் என்னென்ன என்று நோயாளிக்குத் தெரியாது. அதை மருத்துவரே அறிவார். அவர் சொன்னபடி

செய்யவேண்டியதே நோயாளியின் வேலை. அறிவால் வெல்ல முடியாததை வாளால் வெல்லவே முடியாது என்றெல்லாம் தன் எழுத்திலும் பேச்சிலும் எடுத்துரைத்தார்.

இஸ்லாத்தின் தத்துவப் பின்னணியை விளக்க அவர் எழுதிய ஒரு நூல்தான் அவர் இஸ்லாத்துக்குச் செய்த மாபெரும் சேவையாகும் என்று அறிஞர்கள் கருதுகின்றனர். இஸ்லாமியத் தத்துவத்துக்கு அடிப்படை அமைத்துக்கொடுத்தது ஷாஹ் வலியுல்லாஹ்தான் என்று சொன்னால் அது மிகையாகாது.

ஷாஹ் வலியுல்லாஹ்வின் பேரறிவு இமாம் கஸ்ஸாலி, இப்னு ருஷ்த், ராஸி போன்றோரைப் பின்னுக்குத் தள்ளிவிட்டது என்று அறிஞர் ஷிப்லி நுஃமானி கூறினார். அது மிகைப்படுத்தப்பட்ட கூற்றுதான் என்றாலும், ஷாஹ் வலியுல்லாஹ்வின் பேரறிவை விளங்கிக்கொள்ள அது நிச்சயம் நமக்கு உதவும்.

மொழிபெயர்ப்புப் புரட்சி

திருக்குர்'ஆன் அதுவரை அரபி மொழியில் மட்டுமே ஓதப்பட்டு வந்தது. மொழிபெயர்ப்புகள் வராத காலம் அது. ஆனால் ஷாஹ் வலியுல்லாஹ் திருமறையை பாரசீக மொழியில் மொழி பெயர்த்தார். இந்த உலகில், அல்லது இந்தியாவில், செய்யப் பட்ட திருமறைக்கான முதல் மொழிபெயர்ப்பு அவருடையது தான். அது மிகவும் துணிச்சலான காரியம் என்று சொல்ல வேண்டும்.

முஸ்லிம்களில் பெரும்பாலானவர்கள் பாரசீகம் பேசுபவர்களாகவே அந்தக் காலத்தில் இருந்தார்கள். அதனால் இறைவனின் செய்தி மக்களுக்குச் சென்றடைய வேண்டும் என்பதற்காக, மூல அரபி வசனங்களுடன் கீழே அதற்கான பாரசீக மொழிபெயர்ப்பையும் இட்டு ஷாஹ் வலியுல்லாஹ் வெளியிட்டார்.

ஆனால் அதற்குப் பலமான எதிர்ப்பு வந்தது அவருக்கு. அவரைக் கொலை செய்யக்கூட முயற்சி மேற்கொள்ளப்பட்டது. அதிலிருந்து அவரைக் காப்பாற்ற அவர் வேறு எங்காவது செல்லவேண்டும் என்று அவரது மகன் ஷாஹ் அப்துல் அஜீஸ் கேட்டுக்கொண்டதால் ஹிஜாஸுக்கு (மக்கா, மதினா) ஷாஹ் வலியுல்லாஹ் சென்றதாகக் கூறப்படுகிறது.

ஆனால் இந்தக் கருத்து, பிழையானது என்றும் ஒரு கருத்து உண்டு. கிபி 1738-ல் திருமறைக்கான ஷாஹ் வலியுல்லாஹ்வின் மொழியாக்கம் முடிவு பெற்றது. 1743-ல் அது பொதுமக்களின் பார்வைக்குக் கொண்டுசெல்லப்பட்டது.

இந்த நிகழ்வு அவர் ஹஜ்ஜுக்குச் சென்று திரும்பி வந்த பிறகான ஆறு அல்லது ஏழு ஆண்டுகள் கழித்தே நடந்தது. அதோடு, ஷாஹ் வலியுல்லாஹ் ஹஜ்ஜிலிருந்து திரும்பி வந்த பிறகுதான் ஷாஹ் அப்துல் அஜீஸ் என்ற மகனே (1746-ல்) பிறந்தார்! அதுவரை பிறக்காத ஒரு மகன் தன் தந்தையைக் காப்பாற்ற ஹிஜாஸுக்குச் செல்லுங்கள் என்று கருத்து சொன்னார் என்பது வினோதம்தான் இல்லையா?!

ஆனால் திருமறையை அவர் மொழிபெயர்த்ததை மக்கள் எளிதாக எடுத்துக் கொள்ளவில்லை என்பது மட்டும் நிச்சயம். பலமான எதிர்ப்பு கிளம்பியது ஷாஹ் வலியுல்லாஹ்வுக்கு. இஸ்லாத்துக்கும் இறைவனுக்கும் எதிரான காரியத்தை அவர் செய்துவிட்டதாகவே குறுகிய மனப்பான்மை கொண்ட பாமர மக்கள் கருதினர். ஒருமுறை டெல்லியிலிருந்த ஃபதேபூரி பள்ளிவாசலுக்கு ஷாஹ் வலியுல்லாஹ் சென்றபோது ஆக்ரோஷம் கொண்ட ஒரு நூறு பேர் அவரைச் சூழ்ந்து கொண்டனர். அவரைத் தாக்கத் தயாராயினர்.

ஆனால் ஷாஹ் வலியுல்லாஹ் அச்சம் என்பது மடமையடா என்ற கருத்தைக் கொண்டவர். எதற்கும் அஞ்சாதவர். ஷாஹ் வலியுல்லாஹ்வைச் சுற்றி ஒரு சின்ன ஆதரவாளர் குழு இருந்தது. அதோடு ஒரு கழியையும் ஷாஹ் வலியுல்லாஹ் கையில் வைத்திருந்தார். அவரைத் தாக்கினார்களா, அவர் தன் கழியால் எதிரிகளைத் தாக்கினாரா என்றெல்லாம் தெரியவில்லை. ஆனால் அல்லாஹு அக்பர் என்ற முழக்கத்துடன் எதிர்த்த கும்பலுக்குள் கழியுடன் புகுந்து பாதுகாப்பாக வெளியில் வந்தார் என்பதுவரை உண்மை.

இவ்வுலகில் ஆட்சி செய்த முஸ்லிம் நாடுகளில் சரிபாதி பாரசீக மொழி பேசியவர்கள்தான். அரபி தெரியாத உலகத்துக்கு, மக்கள் மொழியாக அப்போது இருந்த பாரசீகத்தில் திருமறையை முதன் முதலாக ஷாஹ்வலியுல்லாஹ் மொழிபெயர்த்ததை அவரது மகத்தான சாதனை என்று குறிப்பிடவேண்டும். இறைவனுடைய சொல்லை அரபி தவிர வேறு மொழியில் மொழிபெயர்க்கக் கூடாது என்ற கருத்தை முதன்முதலாக அது உடைத்தது.

ஏனெனில் 1928/30 களில் பிக்தால் என்ற ஆங்கிலேயர் திருமறையை ஆங்கிலத்தில் மொழிபெயர்த்தபோது 'அதை எழுதியவரும், படித்தவர்களும் நரகத்துக்குப் போவார்கள்' என்று ஒரு மார்க்கத் தீர்ப்பை எகிப்திலிருந்த உலகப்புகழ்பெற்ற அல் அஸ்ஹர் பல்கலைக்கழகம் கொடுத்தது! அப்படியானால் 1700களில் அக்காரியத்தைச்செய்ய எத்தகையை மன உறுதியும் தெளிவும் ஷாஹ் வலியுல்லாஹ்வுக்கு இருந்திருக்கவேண்டும்!

தான் பாரசீகத்தில் மொழிபெயர்த்த குர்'ஆனிலிருந்து ஒவ்வொரு நாளும் அரபி தெரியாத சாதாரண முஸ்லிம்கள் ஓர் அத்தியாயத்தையாவது ஓதவேண்டும், ஓதுவதைக்கேட்க வேண்டும் என்று விரும்பினார்.

ஹஜ்ஜுக்குச் செல்லும் முன்னரே திருமறையின் ஒரு பகுதியை அவர் மொழிபெயர்த்திருந்தார்.திரும்பி வந்ததும் மீண்டும் வேலையைத்தொடங்கி முடித்தார். 1730-ல் தொடங்கப்பட்ட அந்த வேலை 1738-ல் முடிக்கப்பட்டது. எட்டு ஆண்டுகளில் இஸ்லாமிய உலகில் அதுவரை நிகழ்த்தப்படாத மாபெரும் சாதனையை ஷாஹ் வலியுல்லாஹ் நிகழ்த்தியிருந்தார்.

ஆனால் பாரசீகம் மக்கள் மொழியாக இருக்கவில்லை. அது முகலாய மன்னர்களின் சபையில் பேசப்பட்ட மொழியாகவே இருந்தது. ஷாஹ் வலியுல்லாஹ் போன்ற ஒரு சிலரே அம்மொழியைப் பயன்படுத்தினர். மக்கள் மொழியாக உர்துதான் வளர்ந்து வந்தது.

எனவே ஷாஹ் வலியுல்லாஹ்வின் மகன்களான ஷாஹ் ரஃபியுத்தீன், ஷாஹ் அப்துல் காதிர் ஆகியோர் திருமறையை உர்து மொழியில் மொழிபெயர்த்தனர். அரபி பேசும் நாடுகளைத்தவிர, இந்தோ பாகிஸ்தானிய துணைக்கண்டத்தில் திருமறை பலரால் ஓதப்படவும், புரிந்துகொள்ளப்படவும் அது வழிவகுத்தது. ஆனால் அதற்கான முதல்கட்ட முயற்சியைச் செய்தது ஷாஹ் வலியுல்லாஹ்தான் என்று கூறவேண்டும்.

திருமறைக்கு விரிவுரையோ விளக்கவுரையோ ஷாஹ் வலியுல்லாஹ் எழுதவில்லை. அது அப்போது அவசியமாகப் படவில்லை. ஆனாலும் எதிர்காலத்தில் விளக்க உரைகள் எழுதுவோருக்குப் பயன்படும் வகையில், திருமறைக்கு விளக்கவுரை எப்படி எழுதப்படவேண்டும் என்பதுபற்றி ஒரு

புத்தகம் எழுதினார். ‘அல் ஃபௌஜுல் கபீர் ஃபீ உசூலல் தஃப்சீர்’ என்று அதற்குப்பெயர்.

‘இறைவனின் புத்தகத்தைப் புரிந்துகொள்வதற்கான கதவுகள் எனக்குத் திறக்கப்பட்டபோது திருமறையை மக்கள் சரியாகப் புரிந்துகொள்ளும் வகையில் நான் ஒரு புத்தகம் எழுதலாம்’ என்று நினைத்ததாக ஷாஹ் வலியுல்லாஹ் சொன்னார்.

என் பெரியம்மா தன் நூல்களின் முகப்பு அட்டைகளில் இந்த நூலைக்குறிப்பிட்டுத்தான், இப்படியொரு நூலை எழுதியவரின் கொள்ளுப்பேத்தி என்று தன் பாரம்பரியத்தை ஸ்தாபித்துக் கொள்வார்!

திருமறைக்கு மொழிபெயர்ப்பு செய்தது மட்டுமல்ல, நபிமொழிகளை விளக்குவதிலும் ஷாஹ் வலியுல்லாஹ் சிறந்தவராக இருந்தார். இப்படிப்பட்டவர்களை இஸ்லாமிய உலகம் ‘முஹத்திஸ்’ என்று குறிப்பிடும்.

நபிமொழிகளை விளக்குவதிலும் தேர்வு செய்வதிலும் ஒரு பிரச்னை இருந்தது. திருமறையைப்போல அல்லாமல் பல சந்தேகங்களுக்கு அது இடமளித்தது. அதனால் நம்பத்தகுந்தது, பலவீனமானது என்றெல்லாம் பலவிதமாக அறிஞர்களால் நபிமொழிகள் வரையறை செய்யப்பட்டுள்ளன.

இதைப்பற்றியெல்லாம் யோசித்து இறுதியில் ஷாஹ் வலியுல்லாஹ் இமாம் மாலிக் அவர்கள் தொகுத்த ‘முவத்தா’ என்ற நபிமொழித்தொகுப்பையே தேர்ந்தெடுத்தார் என்பதை ஏற்கெனவே பார்த்தோம்.

அதற்கான விளக்கவுரைகளை அரபியிலும் பாரசீகத்திலும் ஷாஹ் வலியுல்லாஹ் எழுதினார். அதைத் தன் பாடசாலையின் பாடத்திலும் சேர்த்திருந்தார். அவருக்குப்பிறகு அவருடைய மகனான ஷாஹ் அப்துல் அஸீஸ் மற்றும் மாணவர் ஜபிதி ஆகியோர் ஹதீதுக்கலை விற்பன்னர்களாக இருந்தனர்.

ஃபிக்ஹும் ஷாஹ் வலியுல்லாஹ்வும்

ஃபிக்ஹ் எனப்படும் சட்டதிட்டங்களைப் பொறுத்தவரை ஷாஹ் வலியுல்லாஹ் எந்த ஒன்றையும் தாங்கிப் பிடிக்கவில்லை. ஆனால் ஷாஃபி, ஹனஃபி, மாலிகி, ஹம்பலிஆகிய நான்கு

வழிமுறைகளிலும் உள்ள நல்ல விஷயங்களை எடுத்துக் கொண்டார். அதனால் சில விஷயங்களைப்பற்றிப் பேசும்போது அவர் ஷாஃபி என்றும், வேறு சில விஷயங்களைப்பற்றிப் பேசும்போது ஹனஃபி என்றும், அல்லது மாலிகி அல்லது ஹம்பலி என்றும் கேட்பவர்களுக்கும் படிப்பவர்களுக்கும் தோன்றும்.

நான்கு சிந்தனைப் பள்ளிகளில் சொல்லப்பட்டவற்றை இணைத்து ஒன்றாகச் செய்துவிடலாம் என்றுகூட அவர் யோசித்தார். ஆனால் அது முடியாமல் போனது. தனது ‘தஃப்ஹீமாத்’, ‘ஹுஜ்ஜத்’ போன்ற நூல்களில் அவர் இவைகளைப்பற்றிக் குறிப்பிட்டுள்ளார். குறிப்பாக தஃப்ஹீமாத் நூலில் இவ்விஷயம் பற்றி விரிவாக எழுதியுள்ளார். ஃபிக்ஹ் எனப்படும் சட்டதிட்டம் தொடர்பாக அவர் இறுக்கமாக இருக்கவில்லை என்பது மட்டும் தெளிவு.

பிற மதத்தவர்களிடம் அவர் அன்பாகவும், பொறுமையாகவும் நடந்துகொண்டார். ‘மக்களின் சந்தேகங்களை வாளால் தீர்க்க முடியாது’ என்று சொன்னார்.

நபித்தோழர்களைப்பற்றி

நபித்தோழர்கள் அனைவருமே சமமானவர்கள். ஆனால் அவர்கள் தவறிழைக்காத மனிதர்களல்ல. அவர்கள் தனிப்பட்ட வாழ்வில் செய்த தவறுகளைப்பற்றி நாம் பேசக்கூடாது. ஆனால் அவர்கள் மூலமாகக் கிடைத்திருக்கும் நபிமொழியில் ஒரு பிழையோ, ஒரு விடுபடலோ இருக்குமானால் அதைச் சுட்டிக் காட்டலாம் என்று கூறினார்.

ஷியாக்களைப்பற்றி

அவர் ஷியா ஆதரவாளர் அல்ல என்றாலும் ஷியாக்களைப் போலவே பன்னிரண்டு இமாம்களுக்கும் உரிய மரியாதையை அவர் கொடுத்தார். நபித்தோழர்களுக்குக் கொடுப்பதைப் போலவே, பெருமானாரின் குடும்பத்தினருக்கும் உரிய மரியாதையை நாம் கொடுக்கவேண்டும், அவர்களில் அதிக நல்லொழுக்கம் உடையோருக்குக் கூடுதல் மரியாதை கொடுக்கவேண்டும் என்றும் கூறினார்.

ஷியாக்களின் பாதைபற்றித் தெளிவு பெற நபிகள் நாயகத்திடம் ஷாஹ் வலியுல்லாஹ் கோரிக்கை வைத்தார். அவர் கனவில் தோன்றிய பெருமானாருடன் உரையாடி சில தகவல்களைப் பெற்றுக்கொண்டார். அதன்படி, ஷியாக்களுடைய மதம் தவறானது. இமாம் என்ற சொல்லிலேயே அது உள்ளது என்பதைப் புரிந்துகொண்டார்.

'இமாம் என்ற ஷியாக்களின் சொல்லைப்பற்றி நான் சிந்தித்தேன். இமாம் என்பவர் இறைவனால் அனுப்பப்பட்ட தவறிழைக்க முடியாதவர். அவருக்கு இறைவனிடமிருந்து செய்தி வருகிறது என்று அவர்கள் நம்புகின்றனர். அதாவது முஹம்மது நபியவர்களோடு தூதுத்துவம் முடிவுக்கு வந்துவிடவில்லை. இமாம்கள் மூலமாக அது தொடருகிறது என்று அவர்கள் நம்புகிறார்கள். 'இமாம்கள்' என்ற ஷியாக்களின் கருத்துக்குப் பின்னால் முஹம்மது நபியவர்கள் இறைவனின் இறுதித்தூதர் அல்ல என்ற அவநம்பிக்கை உள்ளதைப் புரிந்துகொண்டேன்' என்று மிகச்சரியாகச் சொன்னார்.

ஆனாலும் இந்த அவநம்பிக்கை காரணமாக ஷியாக்களெல்லாம் இஸ்லாம் என்ற வரையறைக்குள் வராத 'காஃபிர்'கள் என்று ஷாஹ் வலியுல்லாஹ் சொல்லிவிடவில்லை. ஏனெனில் அவர்கள் இறைவனையோ, முஹம்மது நபியவர்களின் தூதுத்துவத்தையோ மறுக்கவில்லை. கடவுளல்லாத எதையும் வணங்கவில்லை. இறப்புக்குப் பிறகான வாழ்க்கை ஒன்று உள்ளதை மறுக்கவில்லை என்றெல்லாம் ஷாஹ் வலியுல்லாஹ்வின் படைப்புகளிலிருந்து விளங்கிக்கொள்ள முடிகிறது. இந்த விஷயம் தொடர்பாக அவர் 'இஸாலத்தல் ஹிஃபா அன் கிலாஃபதல் குலஃபா' என்று ஒரு புத்தகமே எழுதினார்.

ஒருமுறை ஒருவர் ஷாஹ் வலியுல்லாஹ்விடம் வந்து ஷியாக்களை காஃபிர் (முஸ்லிமல்லாதவர்) என்று சொல்லலாம் அல்லவா என்று கேட்டார். அதற்குப் பதிலாக ஷியாக்களைப் பற்றி ஹனஃபி சட்டவியல் வல்லுனர்கள் சொன்ன கருத்தையெல்லாம் எடுத்துச்சொன்னார் ஷாஹ் வலியுல்லாஹ்.

ஆனால் வந்தவர் விடவில்லை. உங்கள் கருத்தென்ன என்று மீண்டும் கேட்டார். மீண்டும் இமாம்களின் கருத்தையே ஷாஹ் வலியுல்லாஹ் சொன்னார். வந்தவர் கடுப்பாகி, இவரே ஒரு

ஷியாதான் போலிருக்கிறது என்று சொல்லிவிட்டுச் சென்றுவிட்டார்! இந்தத் தகவலை ஷாஹ் வலியுல்லாஹ்வின் மகனான ஷாஹ் அப்துல் அஜீஸே பதிவு செய்கிறார்!

அரசியல் பங்களிப்பு

அறிவு ரீதியிலும் ஒழுக்கம் சார்ந்தும் அந்தக்கால முஸ்லிம்களின் நிலை கீழேபோய்க்கொண்டிருந்தது. அதைப் பார்த்துக்கொண்டு ஷாஹ் வலியுல்லாஹ்வால் சும்மா இருக்க முடியவில்லை. தனது எழுத்துகள் மூலம் மக்கள் நேர்வழி காட்டப்பெற்ற கலீஃபாக்களின் காலத்தைப் பின்பற்றி நடக்கவேண்டும் என்று வலியுறுத்தினார். அப்போதுதான் அரசியல் அதிகாரம் அழியாமலிருக்கும் என்றும் கூறினார்.

முகலாய சாம்ராஜ்ஜியம் முற்றிலுமாக அழிந்து வீழ்ந்து விடாமலிருக்கத் தன்னாலான ஆலோசனைகளைத் தன் எழுத்தின் மூலம் கொடுத்தார். முகலாய ஆட்சி தொடர வேண்டும் என்பது அவரது விருப்பமல்ல. ஆனால் எந்த ஆட்சியாக இருந்தாலும் அது நல்லாட்சியாக இருக்கவேண்டும் என்ற எண்ணமே அதற்குக் காரணம்.

பொருளாதாரம், ஒழுக்கம், அரசியல் ஆகிய மூன்றும் ஒன்றோடொன்று நெருக்கமான தொடர்பு கொண்டவையாக இருக்கும்போதுதான் ஆரோக்கியமான அரசியல் நிலவும் என்று அவர் நம்பினார். ஓர் அரசாங்கம் தப்பு செய்வதனால் மட்டும் அரசியல் நசிந்துவிடாது. ஒவ்வொரு தனிமனிதனுக்கும் அதில் பொறுப்பு உண்டு என்று சொன்னார். தனது ‘தஃப்ஹீமாத்’ நூலில் இக்கருத்துகளை அவர் வெளியிட்டார்.

அவருடைய கொள்ளுத்தாத்தா முகலாய சபையில் ஒரு மன்சப்தாராக இருந்தவர். அவருடைய தாத்தா ஷெய்கு வஜீஹுத்தீன் முகலாயப் பேரரசர் ஷாஜஹானின் அவையில் பணி புரிந்தவர்.

‘ஃபத்தாவா ஆலம்கீரி’ தயார் செய்யும் பணியில் ஷாஹ் வலியுல்லாஹ்வின் தந்தைக்கும் பங்கிருந்தது. அந்த வகையிலும் அரசியலோடு அவரது குடும்பம் தொடர்பு கொண்டிருந்தது என்பதை ஏற்கெனவே பார்த்தோம்.

அரசியல் சூழ்நிலை தொடர்பாக ஆட்சியாளர்களுக்குப் பல கடிதங்களை ஷாஹ் வலியுல்லாஹ் எழுதினார். மக்காவிலிருந்த போது பல கனவுகள் மூலமாக ஆட்சியாளர்களை நெறிப்படுத்தக் கடிதங்கள் எழுதும்படி அவர் உத்தரவிடப்பட்டதாகக் கூறப்படுகிறது.

1739-ல் நாதிர்ஷா டெல்லியைத் தாக்கினான். நிறைய ரத்தம் சிந்தப்பட்டது. வன்முறை கட்டவிழ்த்து விடப்பட்டது. தங்கள் மானத்தையும் கௌரவத்தையும் காப்பாற்றிக்கொள்ள மக்கள் தங்களுக்குத் தாங்களே தீவைத்துக்கொண்டனர். அப்படிச் செய்யவேண்டாம் என்றும், துன்பம் மிகைத்த நேரத்தில் இமாம் ஹுஸைனும் அவரது குடும்பமும் எப்படி நடந்து கொண்டார்கள் என்று நினைவு கூருங்கள் என்றும் ஷாஹ் வலியுல்லாஹ் கூறினார். ஆனால் நாதிர்ஷாவின் கொட்டம் அடங்கவில்லை. அதனால் முஸ்லிம்களுக்கு வேதனையும் நஷ்டமும் தொடர்ந்து ஏற்பட்டது. டெல்லி ராணுவம் மிகவும் பலவீனமடைந்தது. அந்த நேரத்தில்தான் மன்னர் அஹ்மத் ஷா அப்தாலி உட்படப் பல ஆட்சியாளர்களுக்கு ஷாஹ்வலியுல்லாஹ் கடிதங்கள் எழுதினார். தங்களது பிரச்னைகளுக்குத் தீர்வுகளைக் கேட்டுப் பல ஆட்சியாளர்கள் அனுப்பிய கடிதங்களுக்குப் பதில்களாகவும் சில இருந்தன.

அஹ்மத் ஷா அப்தாலி ஒருமுறை ஷாஹ்வலியுல்லாஹ்வைச் சந்தித்துப் பேசியுள்ளார். அந்தச் சந்திப்பு பற்றி ஒரு கடிதத்தில் ஷாஹ்வலியுல்லாஹ் குறிப்பிடுகிறார். ஆட்சியாளர்களாலும் மதிக்கப்பட்ட துணிச்சல் மிக்க அறிஞராகவே அவர் இருந்துள்ளார். மூன்றாம் பானிபட் யுத்தத்தின் வெற்றிக்குக் காரணமாக இருந்தவர்களில் ஒருவரான நஜிபுத்தௌலாவோடும் ஷாஹ்வலியுல்லாஹ்வுக்குத் தொடர்பிருந்தது. ஒருமுறை ஆட்சிக்குப் பிரச்னை வந்தபோது என்ன செய்யலாம் என்று யோசனை கேட்டு நஜிபுத்தௌலா ஷாஹ்வலியுல்லாஹ்வுக்குக் கடிதம் எழுதினார். பல நேரங்களில் ஷாஹ்வலியுல்லாஹ்வுக்கு பொருளாதார ரீதியில் நஜீபுத்தௌலா உதவிகள் செய்துள்ளார்.

ஆட்சியாளர்கள், நவாபுகள், பொறுப்பான அதிகாரிகள் போன்றோருக்கு ஷாஹ் வலியுல்லாஹ் எழுதிய கடிதங்களை யெல்லாம் பேரா. காலிக் அஹ்மத் நிஜாமி என்பவர் தொகுத்து ‘ஷாஹ் வலியுல்லாஹ் கி சியாசி மக்தூபாத் (ஷாஹ்

வலியுல்லாஹ்வின் அரசியல் கடிதங்கள்)' என்ற பெயரில் வெளியிட்டுள்ளார்.

மார்க்க விஷயங்களில் கவனம் செலுத்துவது, பள்ளியை நடத்துவது, புத்தகங்கள் எழுதுவது என்று மட்டும் ஷாஹ் வலியுல்லாஹ் இருந்துவிடவில்லை. நாட்டிலும் அரசியலிலும் என்ன நடக்கிறது என்று உன்னிப்பாகக் கவனித்துக்கொண்டும், அதற்கேற்ற வகையில் எதிர்வினையாற்றிக்கொண்டும் இருந்துள்ளார். மக்களின் அடிப்படைத் தேவைகளை நிறைவேற்றாத ஊழல் செய்யும் அரசு எந்த வகையிலாவது தூக்கி எறியப்படவேண்டும், இல்லையெனில் ஊழலானது கான்ஸரைப்போல நிர்வாகம் முழுக்கப் பரவிவிடும் என்று கூறினார்.

தான் நடத்திய பள்ளியைக் கவனித்துக்கொள்ளும் நேரம்போக மீதி நேரங்களில் தியானத்தில் ஈடுபட்டார். தன் சீடர்களுக்குத் தேவையான உத்தரவுகளைக் கொடுத்தார். புத்தகம் எழுதவேண்டுமென்ற விருப்பமோ நேரமோ அவருக்கு இருந்ததில்லை. ஆனால் தன் மாணவர்கள் அல்லது சீடர்கள் சந்தேகம் கேட்டால் சந்தோஷமாக விரிவான பதில்களை எழுதிக்கொடுத்தார்.

அவர் எழுதிய கடிதங்களின் தொகுப்பு 'அன்ஃபாஸெ ரஹீமிய்யா' என்ற பெயரில் நமக்குக் கிடைத்துள்ளது. அதை அவரது மகன் அஹ்லுல்லாஹ் என்பவர்தான் தொகுத்தார். டெல்லியில் இருந்த முஜ்தபாய் என்ற பதிப்பகம் 1915ல் வெளியிட்டது. தாஜ் சம்பாலி என்பவர் எழுதிய 'அர்ரிசாலத் ஃபீ சலூக் அல் சாதாத்தல் நக்ஷபந்திய்யா' என்ற புத்தகத்தை பாரசீகத்துக்கு மொழிபெயர்த்தார். அதைத் தன் பள்ளிப் பாடத்திட்டத்திலும் சேர்ந்திருந்தார்.

அரசியல் நிலைப்பாடு

ஷாஹ் வலியுல்லாஹ்வைப் பொறுத்தவரை அரசியலும் மார்க்கமும் பிரிக்க முடியாதவை. இஸ்லாமிய வாழ்முறையானது உலகியலும் ஆன்மிகமும் இரண்டறக் கலந்தது என்று சொன்னார். கிலாஃபத் எனப்பட்ட கலீஃபாக்களின் ஆட்சியானது ஜாஹிரி (புறவயமானது), பாத்தினி (அகவயமானது)

இரண்டுமாகும், உலகரீதியானது மட்டுமல்ல, ஆன்மிக ரீதியானதுமாகும் என்றார்.

அவரது காலத்தில் முஸ்லிம்களிடையே ஏற்பட்ட அறிவு மற்றும் ஒழுக்க ரீதியான சரிவு அவரை மிகவும் பாதித்தது. எனவே நேர்வழி காட்டப்பட்ட நான்கு கலீஃபாக்களின் காலத்தில் இருந்தமாதிரி இந்தியச் சமுதாயம் மாறவேண்டும் என்ற ஆசையிலும் உந்துதலிலும் அவர் தன் கருத்துகளைப் பதிவு செய்தார். முகலாய சாம்ராஜ்ஜியத்தை அவர் விரும்பவோ ஆதரிக்கவோ இல்லை. ஆனால் எந்த ராஜ்ஜியமாக இருந்தாலும் அது நேர்மையானதாகவும், மக்களுக்கு நன்மை பயப்பதாகவும் இருக்கவேண்டும் என்ற ஆசையில் அவர் தன் கருத்துகளைப் பதிவு செய்தார்.

சட்டப்பூர்வமான அரசியல் அதிகாரம் ராஜாக்களிடம் மட்டுமே இருந்தது என அவரது காலம் கருதியது. ஜனநாயகம் தொடர்பான செய்தியோ கருத்தோ ஐரோப்பா, ஆசியா எங்குமே அப்போது பரவியிருக்கவில்லை. தொழிற்புரட்சி முதிர்ச்சியடையாமலிருந்தது. 1857-வரை சுதந்திரம் என்பது ராஜாக்களின் ஆட்சியைக் காப்பாற்றுவது, வலுப்படுத்துவது என்றுதான் கருதப்பட்டது. ஓர் ஆட்சியாளர் என்றால் அவருக்குக் கீழ்வரும் குணங்கள் இருக்கவேண்டும் என்று ஷாஹ் வலியுல்லாஹ் கருதினார்:

1. நம்பிக்கையால் அவர் முஸ்லிமாக இருக்கவேண்டும்.
2. ஓர் ஆணாக இருக்கவேண்டும்.
3. அவரிடம் இணக்கமாகக் குணங்கள் இருக்கவேண்டும். இல்லையெனில் மக்கள் வாழ்வு நாசமாகிவிடும்.
4. துணிச்சலானவராகவும் வீரமானவராகவும் இருக்க வேண்டும்.
5. சகிப்புத்தன்மை கொண்டவராக இருக்கவேண்டும்.
6. அறிவார்ந்தவராக இருக்கவேண்டும்.
7. மக்களுக்குப் பிடித்த உடையை அணியவேண்டும், மக்கள் மொழியில் பேசவேண்டும்.

அமைச்சரவை என்பது முக்கியமானது என்பதால் அதன் உறுப்பினர்களைத் தேர்வு செய்வதில் அரசர் கவனமாக

இருக்கவேண்டும். திறமையான, நேர்மையானவர்களை மட்டுமே அமைச்சர்களாக நியமிக்க வேண்டும். அரசு ஊழியர்கள் லஞ்சம் வாங்க விடாதபடி அவர்களது சம்பளம் கணிசமானதாக இருக்கவேண்டும்.

1. மார்க்க அறிஞர்கள் ஒன்றுகூடி ஓர் ஆட்சியாளரைத் தேர்ந்தெடுக்க வேண்டும். ஹஸ்ரத் ஆபூபக்கர் கலீஃபாவாகத் தேர்ந்தெடுக்கப்பட்ட மாதிரி.

2. இறந்துகொண்டிருக்கும் கலீஃபா, தனக்குப்பிறகான தலைவரை நியமிக்கலாம். இரண்டாவது கலீஃபா உமரின் காலத்தில் நடந்த மாதிரி.

3. மூன்றாம், நான்காம் கலீஃபாக்களான ஹஸ்ரத் உஸ்மான், ஹஸ்ரத் அலீ ஆகியோர் விஷயத்தில் நடந்தமாதிரி, பொதுவான உடன்படிக்கையில் ஓர் ஆட்சியாளர் தேர்ந்தெடுக்கப்படலாம்.

4. தகுதியுள்ள ஒருவர் தன்னை கலீஃபாவாக ஆக்கிக் கொண்டாலும் மக்கள் அவரை ஆதரிக்கலாம். நான்கு கலீஃபாக்களின் காலத்துக்குப் பிறகு நடந்த மாதிரி.

இவ்விதமாக ஒருவர் தன்னை ஆட்சியாளராக ஆக்கிக்கொண்டு விட்டார் எனில் அவருக்கு மக்கள் ஆதரவு கொடுக்கவேண்டும் என்றெல்லாம் கருத்து தெரிவித்தார்.

ஆனால் இது எல்லாக் காலத்துக்கும் பொருந்தும் கருத்தாகத் தோன்றவில்லை. ஏனெனில் ஷாஹ் வலியுல்லாஹ் மனதில் வைத்துக் குறிப்பிடும் ஆட்சியாளர்களெல்லாம் வல்லவர்களாக மட்டுமின்றி, நல்லவர்களாகவும் இருந்தவர்கள். ஆனால் அவரது காலத்திலோ அல்லது இக்காலத்திலோ ஷாஹ் வலியுல்லாஹ் சொல்லும்விதமாகச் செயல்படுவது சாத்தியமும் இல்லை. சரியாகவும் இருக்காது.

அரசர்களுடைய காலத்தில் வாழ்ந்தபோதும், அரசாட்சியிலும் அரசர்களிடத்தும் அவருக்கு நம்பிக்கையில்லை என்பதையே அவரது எழுத்துகள் காட்டின. அவரது காலத்திலிருந்த முகலாய சாம்ராஜ்ஜியத்தின் ஊழல் மற்றும் சமூகத்தைப் பீடித்திருந்த அறத்துக்கு எதிரான சிந்தனை கொண்ட மனநோய்கள் எல்லாம் ஏழாம் நூற்றாண்டின் ரோமானியர்கள் மற்றும் பாரசீகர்களின்

ராஜாங்கங்களில் இருந்தவற்றுக்கு ஒப்பானவை என்று கருதினார். முதலாளிகளுக்கும் தொழிலாளிகளுக்கும் இடையில் ஒத்துழைப்பு இல்லையெனில், சமூக நீதியை அது சிதைத்துவிடும் என்று கூறினார். தனிமனித நலத்தைவிடப் பொதுநலமே முக்கியமானது. அதற்கு ஊறுவிளைவிக்காதவாறு தனிநபர் சொத்து வைத்துக்கொள்ள வேண்டும். தனிநபர் நலமா சமுதாய நலமா என்ற கேள்வி வரும்போது சமுதாய நலனே முக்கியமாகும் என்று கருதினார்.

முஸ்லிம்களின் சமூக அரசியல் வரலாற்றை உன்னிப்பாகக் கவனித்ததன் விளைவாக 'ஹுஜ்ஜத்', 'பதூரல் பஸீகா', 'இஸாலத்தல் ஹஃபா' போன்ற நூல்களை எழுதினார்.

இப்படியெல்லாம் அரசர்களை நோக்கியும், பொதுமக்களை நோக்கியும் அவர் புத்தகங்கள் மூலமாகத் தன் கருத்துகளையும் ஆலோசனைகளையும் சொல்வதற்குக் காரணம் அவர் மக்கா, மதினாவில் இருந்தபோது கண்ட கனவுகள்தான்.

1731-ல் மே மாதம் அவர் மக்காவில் இருந்தபோது முதல் கனவு வந்தது. அது அவரது வாழ்க்கையில் ஒரு திருப்புமுனையாக இருந்தது என்று சொல்லவேண்டும். ஏனெனில் மக்களின் வாழ்வை நேர்வழிப்படுத்தவே தான் இவ்வுலகுக்கு அனுப்பப் பட்டுள்ளதாக அவர் உணர்ந்தார். இறைவன்தான் தன்னை ஒரு சமுதாயப் பிரதிநிதியாகவும் (நாத்திக்), வழிகாட்டியாகவும் (ஹாதி), தத்துவவாதியாகவும் (ஹாகிம்), சமுதாயத்தின் அல்லது காலத்தின் முளையாகவும் (காயிமுஸ்ஸமான்) ஆக்கியுள்ளதாக அவர் உணர்ந்தார் என்பதை ஏற்கெனவே பார்த்தோம்.

முஸ்லிம் அரசியல் அதிகாரத்தின் ஊழல்களைச் சரிசெய்ய அவர் பல கடிதங்களை ஆட்சியாளர்களுக்கு எழுதினார். அவற்றில் மிகமுக்கியமானவை அக்காலத்தில் மிகவும் பிரபலமான, ஆப்கனின் சக்திவாய்ந்த ஆட்சியாளராக இருந்த அஹ்மத் ஷா அப்தாலிக்கு எழுதிய கடிதங்கள். வட இந்தியாவிலும் அப்தாலி தன் அதிகாரத்தை நிலைநாட்டியிருந்தார்.

மராத்தியர்கள் மற்றும் ஜாட்டுகளின் அதிகார அநியாயங்களுக்கு அவர் ஒரு முடிவு கட்டவேண்டும் என்று ஷாஹ் வலியுல்லாஹ் விரும்பினார். ஷாஹ் வலியுல்லாஹ்வுக்குபதில் எதுவும் அப்தாலி கொடுக்கவில்லை. ஆனால் ஷாஹ் வலியுல்லாஹ்

எழுதிய பல கடிதங்கள் ஆட்சியாளர்கள் அவருக்கு எழுதிய கடிதங்களுக்கு அவர் கொடுத்த பதில்களாக இருந்தன என்பது முக்கியமானது.

நஜிபுத்தெளலாவிடத்தில் ஜாட்டுகள் தோற்றுப்போவார்கள், நிலப்பகுதிகளை ஆக்கிரமித்துக்கொள்வதில் ஆப்கனான குத்புத்தீன் கான் தோற்றுப்போவான், மூன்றாம் பானிபட் யுத்தத்தில் மராத்தியர்கள் அரசியல் ரீதியில் செத்துப்போவார்கள் போன்றவை ஷாஹ் வலியுல்லாஹ் தன் கடிதங்கள் மூலமாகச் செய்த மிகச் சரியான முன்னறிவிப்புகளாகும். அவர் ஒரு ஞானி என்பதற்கும் அவை அடையாளங்களாக உள்ளன.

18-ம் நூற்றாண்டின் முதல் பாதியில் முகலாய அரசவையில் முக்கியப் பங்கு வகித்த நிஜாமுல் முல்க் முதலாம் ஆசிஃப் ஜா என்பவருக்கு எழுதிய கடிதத்தில் மராத்தியர்களின் அட்டகாசங் களை ஒடுக்கவேண்டும் என்று வேண்டுகோள் வைத்தார். அநியாயம் செய்யும் காஃபிர்கள் நிச்சயம் அழிந்துபோவார்கள் என்று அவர் அதில் கூறினார். ஆனால் மராத்தியர்கள் தொடர்ந்து வெற்றிவாகை சூடிவந்தனர். நான் சொன்ன நேரத்தில் நீங்கள் இயங்கியிருந்தால் இறையருள் மழையைப் போல இறங்கியிருக்கும். உரிய நேரத்தில் இயங்காததால் இந்த நிலை ஏற்பட்டுள்ளது என்று நிஜாமுக்குத் தான் எழுதிய கடிதத்தில் ஷாஹ் வலியுல்லாஹ் கூறினார். அரசாங்கத்தில் நிலைமை சீரடையக் கீழ்வரும் கருத்துகளை அவர் தெரிவித்தார்:

- ஜாட்டுகளின் தொல்லை ஒழிக்கப்படவேண்டும். டெல்லி ஆக்ராவுக்கு இடையிலிருக்கும் அவர்களது வலுவான இடங்கள் தகர்க்கப்படவேண்டும். புரட்சி செய்யும் ஜாட்டுகள் வெல்லப்படவேண்டும்.

- வருமானம் கொடுக்கும் காலிசா (எனப்படும்) இடங்கள் அதிகமாக்கப்பட வேண்டும். கங்கைக் கரையிலிருந்து சிந்துவரை உள்ள பகுதிகள் அனைத்தும் அரசாங்கத்தின் பார்வையின்கீழ் கொண்டுவரப்படவேண்டும்.

- காலிசா நிலங்கள் குத்தகைக்கு விடப்படக்கூடாது. நேர்மையான அதிகாரிகளின் பார்வையில் அந்நிலங்கள் விடப்படவேண்டும்.

- அரசாங்கத்தின் உயர் அதிகாரிகளுக்கு மட்டுமே ஜாகிர்கள் வழங்கப்பட வேண்டும். கீழ்நிலை அதிகாரிகளுக்கு ஷாஜஹானின் காலத்தில் செய்யப்பட்ட மாதிரி பணமாகக் கொடுக்கப்படவேண்டும்.

- துரோகிகளுக்கு ஜாகிர்கள் நிறுத்தப்படவேண்டும். அது மற்றவர்களுக்கு ஒரு பாடமாக இருக்கும்.

- ராணுவத்தில் சீர்திருத்தங்கள் செய்யப்படவேண்டும். வெட்கப்படத்தக்கக் காரியங்களைச் செய்தவர்கள் வேலையிலிருந்து நீக்கப்படவேண்டும். மற்றவர்கள் குதிரைப்படையில் சேர்க்கப்படவேண்டும்.

- லஞ்சம் வாங்காதவர்களுக்கு மட்டுமே காஜி (நீதிபதி) பதவி தரப்படவேண்டும்.

- பள்ளிவாசல்களின் இமாம்களுக்கு அதிக சம்பளம் தரப்படவேண்டும். தொழுகை ஒழுங்காக நடத்தப்படவும், ரமலான் மாதத்தில் நோன்பு பிடிக்கப்படவும் கடுமையான உத்தரவுகள் பிறப்பிக்கப்படவேண்டும்.

- அரசரும் பிரபுக்களும் சட்ட விரோதமான இன்பங்களைச் சுவைக்கக்கூடாது. கடந்த காலத்தில் செய்த பாவங் களுக்காக அவர்கள் மன்னிப்புக்கோர வேண்டும். எதிர்காலத்தில் பாவம் செய்யாமல் இருக்க வேண்டும்!

இப்படியெல்லாம் ஆட்சியாளர்களுக்கு, முகலாய மன்னர்களுக்கு, கடிதங்கள் மூலம் ஆலோசனைகள் எனும் உத்தரவுகள் கொடுத்த ஷாஹ் வலியுல்லாஹ்வின் துணிச்சலைப் பாராட்டியே ஆகவேண்டும்! ஆனாலும் முகலாய சாம்ராஜ்ஜியம் அழிந்துகொண்டிருந்ததை அவரால் தடுக்க முடியவில்லை. அதோடு மராத்தியர்களின் ஆட்சி, அதிகாரமெல்லாம் ஒழிந்துபோனதற்கும் சாட்சியாக அவர் இருந்தார்.

7

ஷாஹ் வலியுல்லாஹ் என்ற சூஃபி

ஷாஹ் வலியுல்லாஹ் அன்றாடம் ஆன்மிகப் பயிற்சிகள் மேற்கொண்ட ஒரு சூஃபியாக இருந்தார். ஆன்மிகமானது மனிதனைத் தூய்மைப்படுத்துவதாகும் என்று கருதிய அவர் மனிதன் தன் உடலையும் உள்ளத்தையும் ஆன்மிக வழியில் தூய்மைப்படுத்த வேண்டியதன் அவசியத்தை உணர்ந்தார்.

ஒரு சூஃபியாக இருந்த தன் தந்தை ஷாஹ் அப்துர்ரஹீமிட மிருந்தே அவர் ஆன்மிகத்தில் வழிகாட்டப்பட்டார். பதினைந்து வயதிலிருந்தே சூஃபிப்பயிற்சிகளை அவர் மேற்கொண்டார். நக்ஷபந்தி, சிஷ்தி, காதிரி ஆகிய மூன்று சூஃபிப் பாதைகளிலும் ஈடுபட விரும்புவோர்க்குக் கற்றுக்கொடுக்கும் அனுமதியையும் அவர் தந்தையிடமிருந்து பெற்றிருந்தார். ஹஜ்ஜுக்குச் சென்றிருந்தபோது சூஃபி அபூதாஹிர் மூலமாக இன்னொரு சூஃபிப் பாதையில் செல்வதற்கான அனுமதியையும் அதற்குரிய ஹிர்கா எனப்படும் போர்வையையும் பெற்றிருந்தார் என்பதை ஏற்கெனவே பார்த்தோம்.

சூஃபிப் பாதைகளின் கோட்பாடு மற்றும் பயிற்சிகளில் ஈடுபட விரும்புவோருக்கு ஷாஹ் வலியுல்லாஹ்வின் பங்களிப்பு மிக

முக்கியமானது. சூஃபித்துவத்தின் பல அம்சங்களைப்பற்றி அவர் பல புத்தகங்கள் எழுதினார்.

திருமறையின் வசனங்கள் எப்படி நோய் தீர்க்க வல்லவை என்று அவர் நன்கு அறிந்திருந்தார். தேவைப்பட்டவர்களுக்குத் தாயத்துகளையும் கொடுத்தார். பலவிதமான உடல் மற்றும் மனநோய்களுக்குரிய பலவிதமான தாயத்துகளை அணிய வேண்டும் என்று 'கௌலுல் ஜமீல்' என்ற தனது நூலில் அவர் விவரித்துள்ளார். அத்தகைய தாயத்துகள் அவருடைய குடும்பத்திலும் இருந்துள்ளன.

தன் சீடர்களில் ஒருவரான மீர் அபூ சயீத் ஹஸனி என்பவருக்காக இரண்டு தாயத்துகளை அனுப்பினார். ஒன்றைத் தண்ணீரில் கரைத்துக் குடிக்கவேண்டும் என்றும், இன்னொன்றை அணிந்துகொள்ளவேண்டும் என்றும் குறிப்பிட்டிருந்தார்.

ஆன்மிகம் என்பது இஸ்லாத்துக்குள் இருப்பதுதான். அது ஷரியத் சட்டத்திற்குள் வருவதுதான். அது அனுமதிக்கப்பட்டதுமாகும். தன்னுடைய கருத்துகளுக்கு அவர் திருமறையிலிருந்தும் திரு நபிவாக்கிலிருந்தும் ஆதாரங்களைக் காட்டினார். ஒரு குருவின் கை பிடித்துச் சத்தியம் செய்துகொடுப்பது அவசியமில்லை யென்றாலும், அது ஆகுமானதே என்று சொன்னார்.

மார்க்கத்தின் சட்டதிட்டங்களைப் பின்பற்ற வேண்டும் என்றுதான் எல்லா சூஃபிகளும் வலியுறுத்தினார்கள். எனவே ஆன்மிகப் பாதையில் செல்வதானது ஷரியத் சொல்லும் கடமைகளை விட்டுவிடலாம் என்பதற்கான அனுமதிச் சீட்டல்ல என்று வலியுறுத்திச் சொன்னார். நபித்தோழர்களை யும், இறைநேசர்களையும் சூஃபிப் பாதையில் செல்ல விரும்புபவர்கள் பின்பற்றாமல் ஒருவர் சூஃபியாகிவிட முடியாது என்றார்.

ஆனால் தன்னுடைய காலத்தில் வாழ்ந்த போலி சூஃபிகளை அவர் கடுமையாக விமர்சித்தார். அவர்கள் சட்டத்திற்குப் புறம்பான, அளவுக்கு அதிகமான காரியங்களில் ஈடுபட்டார்கள். உலக வாழ்க்கையை, குடும்ப வாழ்க்கையை விட்டுவிட்டு ஓடினார்கள்.

இன்னும் சிலரோ சூஃபித்துவம் என்ற பெயரில் விரும்பியதை யெல்லாம் செய்துகொண்டிருந்தார்கள். சூஃபி என்ற

போர்வையில் சிலர் மது, கஞ்சா போன்றவற்றைப் பயன் படுத்தினார்கள். சிலர் பகல் கனவு கண்டுகொண்டிருந் தார்கள். இன்னும் சிலரோ பெண்களைப்போல உடை அணிந்தார்கள். வேறு சிலரோ ஒன்றுமே தெரியாமலே தாங்கள் சூஃபித்துவத்தின் உச்சிக்கே சென்றுவிட்டதாகப் பிதற்றினார்கள்.

உலக ஆதாயங்களுக்காகவே அவர்கள் அப்படிச் செய்தார்கள். இஸ்லாத்தில் பயன்படுத்தப்பட்ட தவக்குல் (இறைச்சார்பு) போன்ற சில சொற்களை அவர்கள் தவறாகப் புரிந்து கொண்டார்கள். அல்லது அவற்றுக்குத் தவறான விளக்கம் கொடுத்தார்கள்.

உதாரணமாக ஒரு செயலைச் செய்வதற்கு முன்னர் அதன் விளைவுகளைப்பற்றி யோசிக்காமல் செய்யக்கூடாது. அப்படிச் செய்வது தவக்குல் ஆகாது. ஆனால் செய்யலாம் என்று போலி சூஃபிகள் சொல்லிப் பிழைத்துக் கொண்டிருந்தார்கள். உள்ளே சுத்தமாக இருந்தால் போதும், புறத்தூய்மை தேவையில்லை என்றார்கள். அப்படிப்பட்ட முட்டாள்தனங்களுக்கெல்லாம் ஷாஹ் வலியுல்லாஹ் முற்றுப்புள்ளி வைத்தார்.

ஆழமான சூஃபி நூல்களில் சொல்லப்பட்ட பல விஷயங்கள் பலருக்கு விஷமாகி விடலாம். சிலருக்கு அவை அமுதமாகும் என்றார். 'அப்படிப்பட்ட நூல்களை மக்கள் பார்வையிலிருந்து மறைப்பவருக்கு இறைவன் அருள் பாலிக்கட்டும்' என்று சொன்னார். தன் காலத்தில் வாழ்ந்த பல சூஃபி குருமார்கள் மோசடிக்காரர்கள் என்று அச்சமின்றிச் சொன்னார். கராமாத் (அற்புதம்) என்ற பெயரில் அவர்கள் செய்யும் சில காரியங்களை வைத்து அவர்களை முழுமையாக நம்பிவிடக்கூடாது என்று எச்சரித்தார். குரு இல்லாமல்கூட சரியான பாதையைக் கண்டுபிடிக்கலாம். திருமறையையும் திருநபி வாக்கையும் பற்றிப்பிடித்துக்கொண்டால் போதும் என்று அவர் கூறினார்.

லதாயிஃப்

மனிதனுக்கு இதயம், நுரையீரல், மூளை போன்ற புறவயமான உறுப்புகள் இருப்பதைப்போல ஐம்புலன்களால் உணரமுடியாத, நுட்பமான ஆன்மிக மையங்கள் உடலுக்கு உள்ளே உள்ளன

என்று ஷாஹ் வலியுல்லாஹ் கூறினார். அவற்றை அவர் லதாயிஃப் என்று குறிப்பிட்டார். அப்படிப்பட்டவை லதாயிஃப்-எ-அகல் (அறிவின் நுட்ப மையம்), லதாயிஃப்-எ-கல்ப் (இதயத்தின் நுட்ப மையம்), லதாயிஃப்-எ-நஃப்ஸ் (மனதின் நுட்ப மையம்) மற்றும் லதாயிஃப்-எ-ஜவாரீஹ் (மற்ற உடலுறுப்புகளுக்காக நுட்ப மையம்) என நான்கு உள்ளதாகக் குறிப்பிட்டார்.

இன்றும்கூட சூஃபிப்பள்ளி என்ற பெயரில் டெல்லியிலும் உலகெங்கிலும் இயங்கிவரும் ஹஸ்ரத் ஆஸாத் ரஸூலின் ஆன்மிகப் பள்ளியானது இந்த லதாயிஃப்களை எழுப்புவது தொடர்பான முக்கியமான பயிற்சியாகக் கொடுத்து வருகிறது. இந்த லதாயிஃப்களை எப்படிப் பயன்படுத்தினீர்கள் என்றுதான் மனிதனிடம் மறுமை நாளில் கேட்கப்படும் என்றும் அவர் கூறினார்.

இது தொடர்பாக ஒருமுறை அவருக்கு ஓர் உதாரணத்தை இறைவன் காட்டினான். சக்தி குறைந்திருந்த ஓர் ஒட்டகம் போய்க்கொண்டே இருந்தது. அப்படியே போய் விழுந்து இறந்துவிட்டது. அதாவது, அது தன் வாழ்வை லதாயிஃப்-எ-ஜவாரீஹில் முடித்துக்கொண்டுவிட்டது என்று விளக்கம் சொல்லப்பட்டது. அதாவது மனிதனானவன் அந்த ஒட்டகத்தைப் போலச் சும்மா போய்க்கொண்டே இருக்காமல், தன்னால் முடிந்த நன்மைகளை தன் குடும்பத்துக்கும், நண்பர்களுக்கும், சக மனிதருக்கும் செய்யவேண்டும். அப்போது தான் உயர்நிலையில் உள்ள லதாயிஃப்கள் விழித்தெழும் என்பது குறிப்பு.

அதோடு, மனிதன் என்பவன் இறைவன் என்ற முழுமையின் ஒரு பகுதி. ஒருநாள் அந்த முழுமையோடு போய் இந்தப் பகுதி இணைந்துவிடும் என்று கூறினார். அவருடைய 'லம்ஹாத்', 'சத'ஆத்' ஆகிய இரண்டு கட்டுரைகளும் இதற்கு வழிகாட்டும் என்றும் சூஃபி அறிஞர்கள் கருதினர்.

8

தினசரி வாழ்க்கையும் இறுதி நாட்களும்

ஷாஹ் வலியுல்லாஹ் தன்னைப் பிரபலப்படுத்திக் கொள்ளவில்லை. ரஹீமிய்யா பள்ளிக்குள்ளேயே தனது வாழ்வைச் சுருக்கிக்கொண்டார். ஓர் ஆசிரியராக இருப்பதிலும், சூஃபித்துவம் பற்றி விளக்குவதிலும், புத்தகம் எழுதுவதிலுமாக தன் வாழ்நாளைக் கழித்தார். பெரும்பாலும் அவர் வெளியூர்களுக்குச் செல்வதில்லை. தான் பிறந்த கிராமமான ஃபுலாட்டுக்கு மட்டும் அடிக்கடிச் செல்வார். அங்கிருந்த தன் தாய்வழிச் சொந்தங்களைப் பார்த்துவிட்டு வருவார். அங்கே அவருக்கு நிறைய நண்பர்களும் சீடர்களும் இருந்தனர். தான் சந்தித்த மனிதர்களை அலசி ஆராய்ந்து அவர்களைப்பற்றி தன் 'தஃப்ஹீமாத்' நூலில் எழுதியுள்ளார்.

ரஹீமிய்யா பள்ளியில் அவரது வாழ்வு மிகவும் வரையறுக்கப் பட்டதாகவும், ஒழுங்கமைக்கப்பட்டதாகவும் இருந்தது. எழுத வேண்டுமெனில் காலையில் எட்டு மணிக்கு உட்கார்ந்து கொள்வார். அப்படியே கவனம் சிதறாமல் பகல் பொழுதுவரை எழுதிக்கொண்டே இருப்பார். எப்போதாவதுதான் கொஞ்சம் உடல்நலம் சரியில்லாமல் போகும். மற்றபடி அவர் நல்ல ஆரோக்கியத்துடன் வாழ்ந்தார்.

ஒவ்வொரு பாடத்துக்கும் ஓர் ஆசிரியரை நியமித்தார். ஆனாலும் தஸவ்வுஃப் எனப்படும் சூஃபித்துவம் மற்றும் ஹதீஸ் எனப்படும் நபிமொழிக்கலை ஆகிய இரண்டு பாடங்களை அவரே நடத்தினார். வீட்டுக்கு வருபவர்களை அன்புடன் வரவேற்று உபசரித்தார். பெரும் அறிஞர்கள்தான் அவரைப் பார்க்க வந்தார்கள் என்பதில்லை. வெகு சாதாரண மக்களும் அவரைக் காண வந்தார்கள். அனைவரையும் ஒரேமாதிரியாகவே அவர் உபசரித்தார்.

சீனாவில் பூனைகளே இல்லாததால் எலிகள் சந்தோஷமாகக் கவலையற்று வாழ்ந்தன. எனவே சீனாவில் பூனைக்கு விலைமதிப்பு அதிகம் என்பதுபோல பயணிகள் சொல்லும் கதைகளையெல்லாம் அவர் மிகுந்த அன்புடன் கேட்டுக் கொண்டார். சில நேரங்களில் உணவுப் பொருள்களைப் பற்றிப் பேச்சுத் திரும்பும். காரட் மலிவாகக் கிடைப்பதால் அவற்றை நிறைய வாங்கி வீட்டில் வைத்துக்கொள்ளலாம் என்று சொல்வார். விவாதம் காரசாரமாகப் போனாலும் கடைசியில் சமரசம் ஏற்பட்டுவிடும்.

சாப்பிட உட்காரும்போது வீட்டுக்கு வந்தவர்களையும் சாப்பிடுவதற்கு அழைப்பார். தன் தந்தையார் தனியாகச் சாப்பிட்டதே இல்லை என்று ஷாஹ் வலியுல்லாஹ்வின் மகன் ஷாஹ் அப்துல் அஜீஸ் கூறினார். வேறு யாரும் இல்லையெனில் மகனாவது அவரோடு சேர்ந்து சாப்பிடவேண்டும்!

எந்தவிதமான பொழுதுபோக்குக்கும் அவர் நேரம் ஒதுக்கியதில்லை. சமா எனப்பட்ட சூஃபி இசைக் கச்சேரிக்கு அவர் சென்றதே இல்லை. ஆனால் தன்னைப் பின்பற்றுபவர் யாரும் அவ்விதமான நிகழ்ச்சிகளுக்குச் செல்லக்கூடாது என்றும் அவர் சொன்னதில்லை. சில சமயங்களில் ரஹீமிய்யா பள்ளியிலேயே மன்கான் என்ற புகழ்பெற்ற பாடகரின் கவ்வாலி கச்சேரி நடத்தப்படும். பாடல் எவ்வளவு தீவிரமாக இருந்தது எனில், கேட்பவர்கள் பரவச நிலைக்குச் சென்றுவிடுவர். அவர்கள் செத்து விழுந்து விடுவார்களோ என்று தோன்றும் அளவுக்கு அங்கு நடந்த கவ்வாலிக் கச்சேரிகள் இருந்தன. சூஃபிக் கருத்துகளைக் கொண்ட கவிதைகள் பாடப்பட்டன.

அவர் ஒரு நல்ல தந்தையாக இருந்தார். தன் மகன்களுக்குக் கல்வி கொடுப்பதில் தீவிரம் காட்டினார். மதரீதியான பாடங்கள்

மட்டுமின்றி, பல மொழிகளைக் கற்றுக்கொள்வது, ஹதீஸ், மார்க்க சட்டதிட்டங்களைப் போலவே முக்கியமானது என்று கருதினார். எனவே தன் மகன்கள் ஷாஹ் அப்துல் அஜீஸ், ஷாஹ் அப்துல் காதிர் இருவரையும் மீர் தர்த் என்ற புகழ்பெற்ற உர்துக் கவிஞரிடம் பாடம் பயில அனுப்பினார். லத்லி கானம் என்ற பெண் மூலமாகப் பேச்சுவழக்கு பாரசீகத்தையும் அவர்கள் கற்றுக்கொண்டனர்.

ஷாஹ் வலியுல்லாஹ்வுக்கு நிலபுலம் எதுவும் இல்லை. தன் பள்ளிக்காகப் புதுதில்லியின் அரசு விசாலமான நிலம் கொடுத்தபோது அதை அவர் ஏற்றுக்கொண்டார். தனது பள்ளி நாட்களில் அவர் மருத்துவம் படித்தார். ஆனால் அவர் அதைப் பயன்படுத்தவில்லை. ஒரு ஸூஃபியாகவும் நிறைய எழுதுபவராக வும் இருந்ததால் அவரால் பணம் சம்பாதிப்பதில் கவனம் செலுத்த முடியவில்லை. அப்படிப்பட்ட எண்ணமும் அவருக்கு இருந்ததில்லை. எனவே ரஹீமிய்யா பள்ளியின் சிறப்பையும் சேவையையும் அறிந்த சிலர் கொடுத்த நன்கொடைகளே அவருக்கு உதவி வந்தன. அதோடு சில பணக்காரச் சீடர்களும் நண்பர்களும் உதவினர். மீர் சயீத் ஹஸனி என்பவரும், முகலாய சாம்ராஜ்ஜியத்தின் தளபதியாக ஒரு கட்டத்தில் இருந்த நஜீபுத் தௌலாவும் அவ்வப்போது அவருக்குப் பண உதவி செய்துவந்தனர்.

இறப்பு

காலமாவதற்குக் கொஞ்ச நாட்களுக்கு முன் 1762 மே மாதம் ஷாஹ் வலியுல்லாஹ் புதானா என்ற ஊருக்குச் சென்றார். அங்கே அவரது உறவினரும் சீடருமான நூருல்லாஹ் என்பவர் இருந்தார். அங்கே இருந்தபோது அவருக்கு உடல்நிலை சரியில்லாமல் போனது.

ஜூலை முதல் நாள் சிகிச்சைக்காக அவர் டெல்லிக்குக் கொண்டுவரப்பட்டார். ருஷானுத்தௌலா என்ற பள்ளிவாசலுக்கு அருகில் பாபா ஃபசுலுல்லாஹ் என்பவரது வீட்டில் தங்க வைக்க ஏற்பாடு செய்யப்பட்டது. அது சௌக் ச’அதுல்லாஹ்கான் என்ற சந்தைக்கு அருகில் இருந்தது. அந்தக் காலகட்டத்திலும் அவரைப்பார்க்க நண்பர்கள் வந்தனர். அவர்களோடு அஹ்மத் ஷா அப்தாலியின் படையெடுப்பு பற்றியெல்லாம் பேசினார். இவ்விதமாக இரண்டு மாதங்கள் உடம்புக்கு முடியாமலே ஷாஹ் வலியுல்லாஹ் இருந்தார். ஒரு சனிக்கிழமையன்று 22 ஆகஸ்ட்

1762 (29 முஹர்ரம் ஹிஜ்ரி 1176) அன்று ஷாஹ் வலியுல்லாஹ் காலமானார். தன் குடும்பத்தினர் அடக்கம் செய்யப்பட்டிருந்த மஹந்தியுன் என்ற இடத்திலேயே அவர் அடக்கம் செய்யப் பட்டார். அந்த இடத்தில்தான் ரஹீமிய்யா பள்ளி தொடங்கப்பட்டது.

முஹம்மத், அப்துல் அஜீஸ், ரஃபியுத்தீன் ஆகிய அவருடைய மூன்று மகன்களும், அவருடைய சகோதரர் அஹ்லுல்லாஹ், அவருடைய உறவினர்கள் முஹம்மது ஆஷிக், முஹம்மது ஃபாயிக், முஹம்மது ஜவ்வாது மற்றும் அவரது சீடர் முஹம்மது அமீன் காஷ்மீரி ஆகியோரும் அவருடைய இறுதிக்கணங்களில் உடனிருந்தனர்.

உடல்நிலை சரியில்லாமல் போனபோது டெல்லிக்கு அழைத்துவரப்பட்ட ஷாஹ் வலியுல்லாஹ், ஏன் அங்கிருந்த அவரது வீட்டுக்கு அழைத்துச் செல்லப்படாமல், அவரது சீடரான பாபா ஃபசுலுல்லாஹ் வீட்டுக்கு அழைத்துச் செல்லப்பட்டார் என்பது புதிராகவே உள்ளது. ஒன்பது வயது அப்துல் காதிர், ஆறு வயது அப்துல் கனி ஆகிய அவரது சின்ன மகன்கள் ஏன் அவரது இறப்புக்கு வரவில்லை என்பதும் விடை தெரியாத கேள்விதான்.

9

ஷாஹ் வலியுல்லாஹ்வின் படைப்புலகம்

ஷாஹ் வலியுல்லாஹ் நிறைய எழுதிக் குவித்தார். உண்மையில் அவர் எத்தனை புத்தகங்கள் எழுதினார் என்பது தெரியவில்லை. காலம் செல்லச் செல்ல, அவர் எழுதியதாகச் சொல்லப்படும் நூல்களின் பெயர்கள் வெளிவந்துகொண்டே உள்ளன! இதுவரை அறியப்பட்ட நூல்களின் எண்ணிக்கை அறுபதிலிருந்து எழுபது வரை செல்கிறது. லண்டனில் உள்ள டெல்லி கலெக்ஷன் ஆஃப் இந்தியா ஆஃபீஸ் லைப்ரரியின் அட்டவணையைப் பார்த்தால் அவர் எழுதிய புத்தகங்களின் எண்ணிக்கை இன்னும் கூடலாம். கிட்டத்தட்ட முப்பது ஆண்டுகளாக அவர் தொடர்ந்து சளைக்காமல் எழுதிக்கொண்டே இருந்தார். அதேசமயம் ரஹீமிய்யா பள்ளியின் கற்பித்தல் பாதிக்காத வகையிலும் இக்காரியத்தைச் செய்தார்.

ஷாஹ் வலியுல்லாஹ்வின் நூல்களின்மீது பாகிஸ்தானுக்கு மிகுந்த ஆர்வம் உள்ளது. அவரது பல நூல்கள் உர்துவிலும் சிந்தியிலும் அங்கே மொழிபெயர்க்கப்பட்டுள்ளன. அதோடு ஹைதராபாத்தில் உள்ள ஷாஹ்வலியுல்லாஹ் அகாடமி அவரது படைப்புகளையும் அவரைப் பற்றிய படைப்புகளையும்

வெளியிட்டு வருகிறது. வலியுல்லாஹி இயக்கம் பற்றி இதே அகாடமியிலிருந்து வெளியிடப்படும் அர்ரஹீம், அல் வலீ ஆகிய மாத இதழ்கள் பிரதானமாகப் பேசுகின்றன.

தினசரிகளை அன்றாடம் புரட்டும் சாமானியர்களுக்காக ஷாஹ் வலியுல்லாஹ் எழுதவில்லை. முதுகலைப் படிப்புப் படிப்பவர்கள் புரிந்துகொள்ளும் தரத்தில்தான் அவரது எழுத்துகள் இருந்தன. அவர்கள்கூட சரியாகப் புரிந்து கொள்வார்களா தெரியாது.

ஆனால் சாதாரண மனிதர்கள் அனைவரும் புரிந்துகொள்ளுமாறு அவர் எழுதியது 'ஃபத்ஹுர் ரஹ்மான் ஃபீ தர்ஜமத்துல் குர்'ஆன்' என்ற திருமறைக்கான பாரசீக மொழிபெயர்ப்பு மட்டுமே. இதை அவரே தனது அறிமுக உரையில் கூறியுள்ளார்.

தனது மிக முக்கியமான சில படைப்புகளை ஷாஹ் வலியுல்லாஹ் அரபியிலேயே எழுதினார். (அவை எல்லாவற்றுக்கும் உர்து மொழிபெயர்ப்புகள் கிடைக்கின்றன). அவர் ஏன் அப்படிச் செய்தார் என்று தெரியவில்லை. இந்தியாவில் பேசப்படும் மொழியாக அரபி எந்தக் காலத்திலும் இருக்கவில்லை. பாரசீகம்கூட இந்தியத் துணைக் கண்டத்திலிருந்து மெல்ல மறைந்துகொண்டிருந்தது. மத்திய ஆசியாவிலும் மத்திய கிழக்கிலும் மட்டுமே அதிகம் பயன்படுத்தப்படும் மொழியாக பாரசீகம் இருந்தது. அரபி நன்கு தெரிந்த இஸ்லாமிய அறிஞர்கள் புரிந்துகொள்ளும் வகையில்தான் அவரது படைப்புகள் இருந்தன.

இவ்வளவு புத்தகங்கள் எழுதியுள்ளாரே, அப்படியானால் நாடு அவ்வளவு அமைதியாகவா இருந்தது என்று கேட்டால், அதுதான் கிடையாது. மராத்தியர்கள், ஜாட்டுகள், சீக்கியர்கள் ஆகிய மூன்று இனத்தவர்களாலும் டெல்லி நாசமாகிக் கொண்டிருந்தது. அவ்வாறான சமயங்களிலெல்லாம் ஷாஹ் வலியுல்லாஹ் டெல்லியை விட்டு வெளியே சென்றார். தன்மேல் பிரியம் வைத்தவர்கள் கேட்டுக்கொண்டபடி அவர் தன் குடும்பத்தோடு புதானா என்ற ஊருக்குச் சென்று தங்கினார். 'அல் கௌலுல் ஜமீல்' என்ற நூலில் இதுபற்றி அவர் கூறியுள்ளார்.

குறிப்பாக ரமலான் மாதம் முழுவதும் அவர் டெல்லிக்கு வெளியில்தான் தன் மாணவர்களுக்குப் பாடங்கள் எடுத்துக்

கொண்டும், எழுதிக்கொண்டும் இருந்தார். நாட்டில் எதுவுமே நடக்காத மாதிரியும், எல்லாமே ரொம்ப அமைதியாக இருந்த மாதிரியும். ஒரு காரியத்தில் இறங்கிவிட்டால் அவரது மனநிலை வேறு எதைப் பற்றியும் சிந்திப்பதில்லை என்பதற்கு இது ஒரு நல்ல உதாரணமாகும். சட்டம் ஒழுங்கு சீர்கெட்டிருந்த நிலையில் பல புத்தகங்கள் எழுதப்பட்டுள்ளன என்பதைப் புத்தகங்களைப் படிக்கும் யாராலும் உணர்ந்து கொள்ளவே முடியாது!

ஆனாலும் நாட்டில் நடந்த பிரச்னைகளைப் பற்றி அவர் கவலைப்படாமல் இல்லை. ஆனால் அவர் கவலைகளை, அக்கறையையெல்லாம் அவர் தனது கடிதங்களில் காட்டினார். 'டெல்லி, ஆக்ரா, மேவாத், ஃபெரோஸாபாத் போன்ற பகுதிகள் எல்லாம் சூரஜ் மால் என்ற ஜாட்டுகளின் தலைவன் ஒருவனால் சூறையாடப்படுகிறது. ஆளப்படுகிறது. அந்த ஊர்களிலெல்லாம் கூட்டுத்தொழுகை நடத்த முடியவில்லை. தொழுகைக்கான அழைப்பான பாங்கு சொல்ல முடியவில்லை.' என ஒரு ராஜாவுக்கு எழுதிய கடிதம் ஒன்றில் ஷாஹ் வலியுல்லாஹ் குறிப்பிட்டார். முகலாய சாம்ராஜ்ஜியத்தின் தளபதியாக இருந்த நஜீபுத்தௌலா போன்றவர்களுக்கு ஷாஹ் வலியுல்லாஹ் கடிதங்கள் எழுதியுள்ளார். ராஜா அஹ்மத் ஷா அப்தாலிக்கு நஜீபுத்தௌலாவை கடிதம் எழுதத் தூண்டியுள்ளார். அப்போதிருந்த சூழ்நிலையில் இந்தியாவைக் காப்பாற்ற அப்தாலியால் மட்டுமே முடியும் என்று ஷாஹ் வலியுல்லாஹ் நம்பினார்.

'பயானா என்ற நகரம் பழைய இஸ்லாமியக் கலாச்சார மையமாக இருந்தது. அங்கே கடந்த எழுநூறு ஆண்டுகளாகச் சூஃபிகளும் அறிஞர்களும் வாழ்ந்து வந்தார்கள். இப்போது அங்கிருந்து முஸ்லிம்கள் விரட்டியடிக்கப்பட்டுவிட்டார்கள்' என்று அதே கடிதத்தில் குறிப்பிட்டிருந்தார்.

அதிகாரத்தை இழந்துகொண்டிருந்த முஸ்லிம் ஆட்சியாளர்கள் சிலருக்கும் ஷாஹ் வலியுல்லாஹ் தன் கடிதங்கள் மூலம் அறிவுரைகள் சொன்னார். சில ஆட்சியாளர்களும் அவரை நேரில் வந்து பார்த்து ஆலோசனைகள் பெற்றுச் சென்றுள்ளனர்.

இனி அவருடைய படைப்புகளைப்பற்றி சுருக்கமாகப் பார்க்கலாம்.

1) அர்பயீன் (அரபி)

இது நாற்பது நபிமொழிகளின் தொகுப்பாகும். 1901-ல் இது வெளியிடப்பட்டது. இதற்கான உர்து மொழிபெயர்ப்பும் வந்துள்ளது.

2) அல் இர்ஷாத் இலா முஹிம்மத் இல்முல் இஸ்னாத் (அரபி)

நபிகள் நாயகத்தின் பொன்மொழிகளுக்கான ஆதாரங்களைப் பற்றிய இந்த நூல் பலமுறை வெளியிடப்பட்டுள்ளது. ஹிஜாஸில் ஷாஹ் வலியுல்லாஹ்வுக்கு சொல்லிக் கொடுத்த ஆசிரியர்களைப் பற்றியும் இந்நூல் பேசுகிறது.

3) இஸாலத்தல் ஹஃபா அன் கிலாஃபத்தில் குலஃபா (பாரசீகம்)

இது நபிகள் நாயகத்துக்குப் பிறகான நான்கு கலீஃபாக்களின் வரிசையை நியாயப்படுத்தி விளக்கி எழுதப்பட்ட நூலாகும். நான்கு கலீஃபாக்களையும் பற்றிய ஸுன்னத் ஜமா'அத்தின் கருத்தினையே ஷாஹ் வலியுல்லாஹ் இதில் கூறியுள்ளார். ஆனாலும் யாரும் குறைசொல்ல முடியாதவாறு நடுநிலையாக இது எழுதப்பட்டுள்ளது. ஷியா ஸுன்னி முஸ்லிம்களுக்கு இடையேயான வெறுப்பையும் தவறான கருத்துகளையும் போக்குவதற்கான விஷயமும் இந்நூலில் பேசப்பட்டுள்ளது. நான்கு கலீஃபாக்களின் நியமனத்தையும் ஆட்சியையும் நியாயப்படுத்தி திருமறையின் வசனங்களை மேற்கோள் காட்டுவது இந்த நூலின் தனிச்சிறப்பாகும். அதே வசனங்கள் ஹஸ்ரத் முஆவியாவின் ஆட்சிக்கும், அப்பாஸிய கலீஃபாக்களின் ஆட்சிக்கும் இவ்வசனங்கள் பொருந்தாது, எனவே அவர்களின் ஆட்சியை நியாயப்படுத்த முடியாது என்றும் வாதிடுகிறார்.

எந்தப் பக்கமும் சாயாமல் இரண்டு பக்கமும் உள்ள நியாயங்களை ஷாஹ் வலியுல்லாஹ் எடுத்துரைத்தார். ஆனாலும் சுன்னத் வல் ஜமா'அத்தைச் சேர்ந்தவர்கள் பொதுவாக ஷியாக்களின் நியாயங்களைப் பேசுவதில்லை. அப்படிப் பேசுபவர் ஆழத்தில் ஷியா ஆதரவாளராக இருக்கவேண்டும். அதனாலேயே ஷாஹ் வலியுல்லாஹ்வும் ஒரு ஷியாதான் என்று சிலர் கருத இப்படிப்பட்ட சில நூல்களும், அவர் நேரடியாக எந்தப் பக்கமும் சாயாமல் சொன்ன பதில்களும் இருந்தன. இது

ஓர் ஈடிணையற்ற புத்தகம் என்றும் ஹுஜ்ஜத்துக்கும் இதற்கும் ஒரு தொடர்பு உண்டு என்றும் அறிஞர்கள் கருதினர்.

4) அதய்யப் அந்நக்ம் ஃபீ மத்ஹி சையிதல் அரப் வல் அஜம் (அரபி)

நபிகள் நாயகத்தைப் புகழ்ந்து எழுதப்பட்ட கவிதைகளின் தொகுப்பு. ஷாஹ் வலியுல்லாஹ்விடம் இருந்த கவிதா திறனுக்கு ஓர் எடுத்துக்காட்டு. இது 1891ல் டெல்லியில் இருந்த முஜ்தபாயி அச்சகத்தால் வெளியிடப்பட்டது.

5) அல்தாஃப் அல் குத்ஸ் (பாரசீகம்)

ஆன்மிகத்தின் கோட்பாடுகள் பற்றியது இந்நூல். சையத் ஜஹீருத்தீன் என்பவரால் இது வெளியிடப்பட்டது.

6) அல் இம்தாத் ஃபீ ம'ஆதர் அல் அஜ்தாத்

ஷாஹ் வலியுல்லாஹ் தன் பரம்பரை பற்றி எழுதிய சிறு நூல். ஷெய்குவஜீஹுத்தீனைப்பற்றி மட்டும் கொஞ்சம் கூடுதலாகப் பேசுகிறது.

7) அல் இன்திபாஹ் ஃபீ சலாசில் அவ்லியா அல்லாஹ் (பாரசீகம்)

பரவலாக அறியப்பட்ட பல சூஃபிகளின் வாழ்வையும் சூஃபிப் பாதைகளின் வரலாற்றையும் சுருக்கமாக எடுத்துரைக்கிறது. அந்தச் சூஃபிகளோடு புறவயமாகவும் அகவயமாகவும் ஷாஹ்வலியுல்லாஹ்வுக்குத் தொடர்பிருந்தது. முஹம்மது ஆஷிக் என்ற பிரியமான மாணவர் கேட்டுக்கொண்டதற்கிணங்க இந்நூல் எழுதப்பட்டது. 1769-ல் இது முடிக்கப்பட்டிருக்க வேண்டும். சையத் ஜஹீருத்தீன் என்பவரால் இது 1893-ல் வெளியிடப்பட்டது.

8) அன்ஃபாஸுல் ஆரிஃபீன் (பாரசீகம்)

தன் முன்னோர்கள் பற்றியும், மக்கா மதினாவில் தனக்குக் கிடைத்த ஆசிரியர்களைப் பற்றியும் இதில் கூறியுள்ளார். அவர்களது வாழ்க்கை வரலாறும், ஆசிரியரின் வாழ்க்கை பற்றியும் சுருக்கமாக இதில் சொல்லப்பட்டுள்ளது. ஏழு அத்தியாயங்கள் இந்நூலில் உள்ளன.

முதல் அத்தியாயத்தில் தன் தந்தையார் ஷாஹ் அப்துர் ரஹீமுடைய வாழ்க்கை வரலாறு, அவரது போதனைகள் மற்றும் ஆன்மிகப்பயிற்சிகள் போன்றவை சொல்லப்பட்டுள்ளன.

இரண்டாம் அத்தியாயத்தில் தன் தாய்மாமாவான ஷெய்கு அப்துர் ரிஸா முஹம்மத் என்பவரின் ஆன்மிகப் பயிற்சிகள், போதனைகள் சொல்லப்பட்டுள்ளன.

மூன்றாம் அத்தியாயத்தில் ஷாஹ் வலியுல்லாஹ்வின் உறவினர்களின் மார்க்க ரீதியான பழக்கவழக்கங்கள், அவரது குருமார்களின் ஆன்மிகப் பயிற்சிகள் போன்றவை சொல்லப் பட்டுள்ளன.

நான்காம் அத்தியாயத்தில் டெல்லியைச் சேர்ந்த ஷெய்கு அப்துல் அஸீஸ் என்பாரின் வாழ்க்கை கூறப்பட்டுள்ளது.

ஐந்தாம் அத்தியாயத்தில் தன் தாய்வழிப்பாட்டனார் ஃபுலாட்டைச் சேர்ந்த ஷெய்கு முஹம்மது என்பவரின் ஆன்மிகப் பயிற்சிகள் பற்றிக் கூறப்பட்டுள்ளது.

ஆறாம் அத்தியாயம் மக்கா மதினாவில் அவருக்குக் கிடைத்த ஆசிரியர்கள் பற்றிக்கூறுகிறது.

ஏழாம் அத்தியாயம் ஷாஹ் வலியுல்லாஹ்வின் சுருக்கமான வாழ்க்கை வரலாறாகும்.

9) அல் புதூர் அல் பஸீகா (அரபி)

இறையியல் பற்றிய நூல். தத்துவம் தொடர்பான சொற்கள் இதில் பயன்படுத்தப்பட்டுள்ளன. மனிதனின் பொதுவான குணநலன்கள், ஞானம் ஆகியவற்றை அலசுகிறது. ஒழுக்கமான சமுதாயமாக இருக்க ஷரியத் எப்படி வழிகாட்டுகிறது என்று இந்நூல் விளக்குகிறது. 1935-ல் இது வெளியிடப்பட்டது.

10) ஃபத்ஹுர் ரஹ்மான் (பாரசீகம்)

இது திருமறைக்கான பாரசீக மொழிபெயர்ப்பு மற்றும் விளக்கவுரையாகும். நேரடியாகத் திருமறையைப் புரிந்து கொள்வதுதான் சமுதாயத்தினருக்கு நேர்வழி காட்டுமென்று ஷாஹ் வலியுல்லாஹ் நம்பினார். இந்தப் படைப்பின் விளிம்பு களில் ஆங்காங்கு தேவைப்படும் இடங்களில் குறிப்புகள் கொடுக்கப்பட்டன. அரபி தெரியாத, பரவலாகப் பாரசீகம்

பேசிய முஸ்லிம்கள் குர்’ஆனைப் புரிந்து கொள்வதற்காக இந்த நூல் எழுதப்பட்டது.

அவரது தந்தையார் இறந்து, ரஹீமிய்யா பள்ளியின் பொறுப்பை ஷாஹ் வலியுல்லாஹ் ஏற்றுக்கொண்ட பிறகு எழுதியது இது. 1730-ல் அவர் ஹஜ்ஜுக்குச் செல்லும் முன்னரே பகரா, அல்இம்ரான் ஆகிய திருமறையின் இரண்டு அத்தியாயங்கள் மொழிபெயர்க்கப்பட்டிருந்தன. ஹிஜாஸிலிருந்து திரும்பி வந்தபின் அடுத்தடுத்த அத்தியாயங்களை மொழிபெயர்க்கத் தொடங்கினார்.

ஆனால் மூன்றில் ஒரு பங்கு வேலை முடிந்திருந்தபோது மொழிபெயர்க்கும் வேலையை நிறுத்த வேண்டிவந்தது. ஏனெனில் அவர் சொல்லச் சொல்ல எழுதிக்கொள்ளும் மாணவர் ஒரு வேலையாக வெளியூருக்குச் சென்றிருந்தார். மௌலானா ரூமி சொல்லச் சொல்லச் சீடர் ஹுஸாமுத்தீன் ‘மஸ்னவி’ எழுதிய மாதிரியான சூழ்நிலை அது.

இப்படியாக நிறுத்தி நிறுத்தி எழுதப்பட்ட முதல் பிரதி வேலை கிபி 1738ல் முடிவுக்கு வந்தது. பின்னர் க்வாஜா முஹம்மது அமீன் என்ற நண்பரின் மேற்பார்வையில் பல பிரதிகள் எடுக்கப்பட்டு, 1743-ல் அது மக்களுக்குக் கிடைக்குமாறு செய்யப்பட்டது. 1838, 1877. 1902, 1986 என இது பலமுறை அச்சிடப்பட்டுள்ளது.

11) அல் ஃபௌஸுல் கபீர் ஃபீ உசூலில் தஃப்சீர் (பாரசீகம்)

‘இறைவன் தன் வேதத்திலிருந்து எனக்கொரு ஜன்னலைத் திறந்தான். எனவே திருமறையைச் சரியாகப் புரிந்துகொள்ள விரும்புவோருக்காக ஒரு நூல் எழுதவேண்டும் என்ற அவா பிறந்தது எனக்கு’ என்று ஷாஹ் வலியுல்லாஹ் கூறினார்.

திருமறைக்கு எவ்வாறு விளக்கம் எழுதவேண்டும், அதற்கான கோட்பாடுகள் எவை என்று இந்த நூலில் விளக்கப்பட்டுள்ளது. எனவே இது திருமறையைப் படிக்கும் முதுநிலை மாணவர்களுக்கான பாடப்புத்தமாக இருந்தது.

திருமறை குறிப்பிடும் கட்டளைகளை எவ்விதம் பின்பற்ற வேண்டும், அதன் விளைவுகள் என்ன என்பது பற்றி இந்நூல் விளக்குகிறது. இது பிரதானமாக பாரசீகத்தில் எழுதப்

பட்டிருந்தாலும் ஆங்காங்கே அரபியிலும் எழுதப்பட்டுள்ளது. இது பல மொழிகளில் மொழிபெயர்க்கப்பட்டுள்ளது. முஸ்லிமல்லாத வாசகர்களுக்கு ஏற்படக்கூடிய தவறான புரிந்துகொள்ளலை நீக்குவதற்கும் இந்நூல் பயன்படும்.

திருக்குர்'ஆனை இது ஐந்து தலைப்புகளில் ஐந்து அத்தியாயங்களில் விளக்குகிறது:

1. பொறுப்பு வகிப்பவர், சிபாரிசு செய்யப்பட்டவர், ஏற்றுக் கொள்ளப்பட்டவர், ஏற்றுக்கொள்ளப்படாதவர் மற்றும் தடுக்கப் பட்டவர் ஆகியோருக்கான அஹ்காம் எனும் கட்டளைகள்.

2. பல தெய்வக் கொள்கை உடையவர்கள், யூதர்கள், கிறிஸ்தவர்கள், நயவஞ்சகர்கள் ஆகியோரோடு செய்யப்படும் முஹாசிமா எனப்படும் வாக்குவாதம்.

3. இறைவனின் அருட்கொடைகள். இதில் இவ்வுலகம், பிரபஞ்சம் ஆகியவை படைக்கப்பட்டதன் நோக்கம், இறைவனுடைய பரிபூரணக் குணாம்சங்கள் போன்றவை பற்றிப்பேசப்படுகின்றன.

4. கடந்த காலத்தில் இறைவனுக்கு அடிபணிந்து நடந்தவர்கள், நடக்காதவர்கள், நடந்தவர்களுக்குக் கிடைத்த அருட்கொடை கள், நடக்காதவர்களுக்குக் கிடைத்த தண்டனைகள் பற்றியெல்லாம் பேசுகிறது.

5. இறப்பு, அதற்குப்பிறகான வாழ்வு, உயிர்த்தெழுதல், கேள்விக் கணக்கு, சொர்க்கம், நரகம் பற்றியெல்லாம் இந்த அத்தியாயம் பேசுகிறது.

திருமறையில் எந்த வசனம் எந்தச் சூழ்நிலையில் அருளப்பட்டது என்பதற்கு இந்நூல் முக்கியத்துவம் கொடுக்க வில்லை. அப்படிப்பட்ட சூழ்நிலை இருந்திருக்காவிட்டாலும் அந்த அத்தியாயம் அருளப்பட்டிருக்கும் என்பது ஷாஹ் வலியுல்லாஹ்வின் நிலைப்பாடு. இல்லையெனில் திருக்குர்'ஆனின் உலகளாவிய பொதுத்தன்மை பாதிக்கப்படும். எனவே திருமறை வசனங்களில் சில குறிப்பிட்ட சூழ்நிலைகளில் அருளப்பட்டதாக இருந்தாலும் அவற்றின் பொதுக்கருத்தையே நாம் எடுத்துக்கொள்ள வேண்டும் என்று அவர் கூறினார்.

திருமறையின் சில கட்டளைகளை நீக்கிவிடுதல் அல்லது ரத்து செய்தல் தொடர்பாக நிறைய இந்நூலில் சொல்லப்பட்டுள்ளது. அப்படிப்பட்ட கட்டளைகள் திருமறையில் ஐந்துக்குமேல் இல்லை என்பது ஷாஹ் வலியுல்லாஹ்வின் கருத்து.

12) ஃபத்ஹுல் கபீர் (அரபி)

தஃப்சீர் எனப்படும் திருமறைக்கான விளக்கம் பற்றிய ஒரு சிறு நூல் இது. மேலே உள்ள ஃபௌஜுல் கபீர் நூலின் ஐந்தாவது அத்தியாயம்தான் இது. ஆனாலும் இதை ஒரு தனி நூலாகப் பார்க்கலாம் என்கிறார். திருமறையில் சொல்லப்பட்டிருக்கும் சில வினோதமான, கடினமான பிரயோகங்களைப் பற்றிய விளக்கம் இந்நூலில் சொல்லப்படுகிறது. முக்கிய நபிமொழித்தொகுப்புகளான சஹீஹ் புகாரியிலிருந்தும் மற்ற நபிமொழித்தொகுப்புகளிலிருந்தும் இதற்கான ஆதாரங்களை எடுத்துக் கொடுக்கிறார். திருமறையில் வரும் சில கட்டளைகளுக்கான காரணங்களையும் இதில் விளக்குகிறார்.

13) அல் முகத்தமா ஃபீ கவானின் அல் தர்ஜுமா (பாரசீகம்)

மொழிபெயர்ப்புக் கோட்பாடுகள் பற்றிய சிறிய கட்டுரை இது. எப்போது எழுதப்பட்டது என்ற தெளிவான தகவல் இல்லை. ஆனால் ஃபத்ஹுர்ரஹ்மான் என்ற நூலை எழுதிக் கொண்டிருக்கும்போது இதுவும் எழுதப்பட்டது. அதற்கான முன்னுரையிலும் முகத்தமா என்று ஒன்று எழுதப்பட்டுள்ளது. அதோடு இதைக் குழப்பிக்கொள்ளக்கூடாது. இது தனி.

14) தஅவீலல் ஆஹதீஸ் (அரபி)

திருக்குர்'ஆனில் சொல்லப்பட்டிருக்கும் இறைத்தூதர்களின் வாழ்க்கையோடு தொடர்புகொண்ட அற்புத நிகழ்வுகளுக்கான அறிவார்ந்த விளக்க நூல் இது. முதல் நபியான ஆதம் அவர்களில் தொடங்கி இறுதி நபியான பெருமானார் வரையிலான வரலாற்றை இது கூறுகிறது. நபிமார்கள் நிகழ்த்திய அற்புத நிகழ்வுகள் யாவும் சாதாரண இயற்கை நிகழ்வுகள்தான். ஆனால் பாமர மக்களால் அதைப் புரிந்துகொள்ள முடியாததால் அவை அற்புதங்களாகத் தோன்றுகின்றன என்று இந்நூலில் விளக்குகிறார்.

இறைத்தூதர் ஈஸா (இயேசு கிறிஸ்து) வின் பிறப்பு, மூஸா நபி நைல் நதியை இரண்டாகப் பிளக்கவைத்துக் கடந்தது (டென் கமாண்ட்மெண்ட்ஸ் படத்தில் வரும் அற்புதமான காட்சி), இஸ்ரவேலர்கள் குரங்குகளாக மாறியது போன்றவற்றை யெல்லாம் அறிவுப்பூர்வமாக விளக்குகிறார்.

இது எழுதப்பட்ட காலம் சரியாகத் தெரியவில்லை. ஆனால் ஃபௌஜுல் கபீர் என்ற நூலில் இந்நூல் பற்றிக் குறிப்பிடப் படுவதால், அதற்குமுன்பு இது எழுதப்பட்டிருக்க வேண்டும்.

15) அல் முசவ்வா ஃபீ ஆஹதீஸ் அல் முவத்தா (பாரசீகம்)

மேலே சொல்லப்பட்ட அதே நூலின் பாரசீக வடிவம் இது.

16) ச்சிஹ்ல் ஹதீஸ் (அரபி)

இஸ்லாத்தின் எல்லா அடிப்படைகளையும் விளக்கும் நாற்பது நபிமொழிகளை இந்நூல் அலசுகிறது. கொடுக்கப்பட்ட நபிமொழிகள் அளவில் ரொம்பச் சின்னதாக இருப்பதால் மனனம் செய்ய ஏதுவாகிறது.

17) அல் தாருஸ்ஸலாம் ஃபீ முபஷ்ஷிரத் அந்நபிய்யுல் அமீன் (அரபி)

இது ஒரு சின்ன ஆராய்ச்சிக் கட்டுரை. நபிகள் நாயகத்தைக் கனவில் கண்டபோது தன்னிடம் நேரடியாகச் சொன்ன நபிமொழிகள் அவை என்று ஷாஹ் வலியுல்லாஹ் கூறுகிறார். அவரது தந்தையார் அல்லது ஓர் ஆசிரியர் மூலமாக அவரிடம் வந்து சேர்ந்த தகவல் அது என்றும் சொல்லப்படுகிறது.

18. அல்ஃபசுலுல் முபீன் ஃபீ அல்சல்சாலில் மின் ஹதீஸ் அந்நபிய்யுல் அமீன் (அரபி)

இதுவும் ஒரு சின்னக் கட்டுரைதான். நபிமொழிகள் சிலவற்றின் ஆதாரங்கள் பற்றியவை இது. இதற்கு முசல்சலாத் என்ற பெயரும் உண்டு.

19. அந்நவாதிர் மின் ஆஹதீஸ் சய்யிதல் அவாயில் வல் அவாஹிர் (அரபி)

நபிகள் நாயகம் அவர்களின் அரிதான நபிமொழிகளைப் பற்றிய நூல் இது.

20. ஷரஹ் தராஜிம் அப்வாப் அல் புகாரி (அரபி)

புகாரி நபிமொழித் தொகுப்பில் உள்ள அத்தியாயப் பிரிவுகள் தொடர்பான ஆராய்ச்சி நூல் இது. பல அருமையான விளக்கக் குறிப்புகளை இது கொண்டுள்ளது.

21. ஹுஜ்ஜதுல்லாஹுல் பாலிகா (அரபி)

ஷாஹ் வலியுல்லாஹ் எழுதிய மிக முக்கியமான நூல்களில் இது ஒன்று. சுருக்கமாக ஹுஜ்ஜத் என்று அழைக்கப்படுகிறது. இவருடைய தலைசிறந்த படைப்பு இதுதான் என்றும், இஸ்லாமியக் கோட்பாடு, சமூக தத்துவம், நீதி நெறிமுறைகள், நாடாளும் கலை, மற்றும் ஆன்மிகம் என கழுத்தை அலங்கரிக்கும் பொன்மாலையில் உள்ள கற்களைப்போல அனைத்தையும் இந்த நூலிலிருந்து தெரிந்துகொள்ளலாம் என்று அறிஞர் அபுல் ஹஸன் அலி நத்வி கூறுகிறார். சமூகரீதியான, மதரீதியான மற்றும் ஒழுக்க நெறிமுறைகள் தொடர்பான விஞ்ஞானப்பூர்வமான ஆராய்ச்சி நூல் இது. இஸ்லாத்தின் கோட்பாடுகள் பற்றிய அறிவார்ந்த விளக்கம் கொடுக்கப்பட வேண்டும் என்ற அவாவின் விளைவாக இந்நூல் உருவானது.

அப்படி ஒரு நூல் அதுவரை இல்லாததால் ஷாஹ் வலியுல்லாஹ் அதை எழுதவேண்டும் என்று ஃபுலாட் ஊரைச் சேர்ந்த ஷேக் முஹம்மது ஆஷிக் என்ற நண்பர் கேட்டுக்கொண்டதால் ஷாஹ் வலியுல்லாஹ் இதை எழுதினார். முதலில் இதைச் செய்யவேண்டாம் என்றுதான் அவர் நினைத்தார். ஆனால் ஷரியத் தொடர்பான ஒரு கேள்விக்குப் பதில் தெரிந்தும் சொல்லாவிட்டால் அது தன்னை நரகவாசியாக்கிவிடலாம் என்பதால் இதை எழுத அவர் ஒப்புக் கொண்டார்.

இந்த நூல் இரண்டு பாகங்களாக உள்ளது. முதல் பகுதி கல்வி சார்ந்த விவாதங்களாக உள்ளது. இஸ்லாம் சொல்லும் உண்மையை அறிவைக்கொண்டும் தர்க்கத்தைக்கொண்டும் விளங்கிக்கொள்ள முடியும் என்று அறிமுகக் கட்டுரையில் கூறுகிறார். ஆன்மா தொடர்பான விவாதங்களில் இந்நூல் தொடங்குகிறது. இஸ்லாத்தின் கோட்பாடுகள் அறிவுப்பூர்வமாக விளக்கப்படுகின்றன. முஸ்லிம்களின் வரலாற்றைப் பார்ப்பதுடன் அந்தப் பகுதி முடிவடைகிறது. அதிகப்படியான நபிமொழிகள் ஆதாரமாக இந்நூலில் பயன்படுத்தப் பட்டுள்ளன.

எப்படி இஸ்லாமானது எல்லா இனங்களுக்கும், கலாச்சாரங்களுக்கும், உலகின் பல கண்டங்களிலும் நாடுகளிலும் வாழும் எல்லா மக்களுக்கும் பொருந்துவதாக உள்ளது என்றும், மனிதர்களுடைய சமூக, பொருளாதார, அரசியல் பிரச்னைகளுக்கு எப்படி இது வெற்றிகரமான தீர்வாக உள்ளது என்றும் இதில் அவர் விளக்கினார்.

22. குர்ரதுல் ஐனைன் ஃபீ தஃப்தீலிஷ் ஷெய்கைன் (பாரசீகம்)

ஷாஹ் வலியுல்லாஹ்வுக்குப் பிரியமான மாணவரான க்வாஜா முஹம்மது அமீன் என்பவர் கேட்டுக் கொண்டதற்கிணங்க இந்நூல் 1756-ல் எழுதப்பட்டது. பெருமானாரின் தோழர்களின் குணநலன்கள் தொடர்பாக ஷியா ஸுன்னி முஸ்லிம்களிடையே நிலவும் கருத்து வேறுபாடுகள் பற்றியது இது.

ஆனால் ஹஸ்ரத் அபூபக்கர் சித்தீக், ஹஸ்ரத் உமர் இருவரைப்பற்றி மட்டுமே இந்நூல் பிரதானமாகப் பேசுகிறது. அவர்களது ஆட்சிக்காலத்தின் முக்கிய நிகழ்வுகளை எடுத்துக் கூறுகிறது. இஸ்லாமிய அரசின் நலனுக்காகவே அவர்கள் எதையும் செய்தார்கள் என்பதை நிலைநாட்டுகிறது. அவர்களைப்பற்றிய மற்ற நபித்தோழர்களின் கருத்துகளை உதாரணம் காட்டி, அவர்களுக்கெதிரான குற்றச்சாட்டுகள் அநியாயமானவை என்று வாதிடப்படுகிறது.

இறுதியில் நான்கு கலீஃபாக்களின் ஆன்மாக்களோடு தான் தொடர்பு கொண்டு தெளிவுபெற்ற அனுபவத்தையும் ஷாஹ் வலியுல்லாஹ் விவரிக்கிறார். இதைப்பற்றி அவர் ஹஸீரத்துல் குத்ஸ் என்ற தனி நூலில் விரிவாகக் கூறுகிறார்.

முதல் இரண்டு கலீஃபாக்களின் ஆன்மிக நிலை ஓர் இறைத்தூதரின் தன்மையை ஒத்தது எனவும், அடுத்த இரண்டு கலீஃபாக்களின் ஆன்மிக நிலை இறைநேசர்களின் தன்மையை ஒத்தது என்றும் கூறுகிறார்.

23. அல் அகீதத் அல் ஹஸனா (அரபி)

இந்தச் சிறிய ஆராய்ச்சிக் கட்டுரையில் தன் மத நம்பிக்கைகள் பற்றி ஷாஹ் வலியுல்லாஹ் கூறுகிறார். அவை சுன்னத் வல் ஜமா'அத்தினரின் நம்பிக்கைகள் என்பது குறிப்பிடத்தக்கது.

24. முகத்தமத் அல் சனிய்யா (பாரசீகம்)

சுன்னத் வல் ஜமா'அத்தினரின் நம்பிக்கைகளை விளக்கி, அவற்றுக்கு ஆதரவாகப் பேசும் சிறு நூல் இது.

25. இக்தல் ஜீத் ஃபீ அஹ்காமல் இஜ்திஹாத் வல் தக்லீத் (அரபி)

இஜ்திஹாத் எனும் தனிமனித சுய ஆராய்ச்சி மற்றும் தக்லீத் எனும் உறுதிப்படுத்துதல் பற்றிய நூல் இது. அவரிடம் இவ்விஷயம் தொடர்பாகக் கேட்கப்பட்ட சில கேள்விகளால் உந்தப்பட்டு இது எழுதப்பட்டுள்ளது. இந்நூல் ஐந்து அத்தியாயங்களாகப் பிரிக்கப்பட்டுள்ளது. தனிமனித ஆராய்ச்சியின் கதவு இன்னும் மூடப்படவில்லை. தகுதி உள்ளவர்கள் அக்கதவுகளைத் திறக்கலாம் என்கிறார். திருமறை, ஹதீஸ், கடந்தகால சட்டவல்லுனர்கள் கொடுத்த தீர்வுகள், அரபி மொழிப்புலமை, கொடுக்கப்பட்ட மூலங்களிலிருந்து உண்மைகளை, தீர்வுகளை அனுமானித்துத் தெரிந்துகொள்ளும் திறன் ஆகியவை உள்ள எவராலும் இது சாத்தியம் என்கிறார். ஆனாலும் சாதாரண நிலையிலுள்ள ஒரு முஸ்லிம் ஷாஃபி, ஹனஃபி, ஹம்பலி, மாலிகி ஆகிய நான்கு பாதைகளில் ஏதாவது ஒன்றைப் பின்பற்றித்தான் ஆகவேண்டும் என்றும் கூறுகிறார்.

26. அல் இன்சாஃப் ஃபீ பயானல் சபபல் இஃதிலாஃப் (அரபி)

ஷாஃபி, ஹனஃபி, மாலிகி, ஹம்பலி என்ற நான்கு பள்ளிகளும் எப்படித்தோன்றி உருவாகி வளர்ந்தன என்று இந்நூல் விளக்குகிறது. முக்கியமல்லாத விஷயங்கள் பற்றி மட்டுமே இந்தப் பள்ளிகளுக்குள் வித்தியாசம் உள்ளன. ஆனால் மிகமுக்கியமான விஷயங்களைப் பொறுத்தவரை இந்நான்கு பாதைகளுமே ஒரே வழியைத்தான் காட்டுகின்றன. எனவே ஒரு முஸ்லிம் இந்நான்கில் எவ்வழியை வேண்டுமானாலும் பின்பற்றலாம். ஹதீஸுக்கு எதிராக ஏதாவது ஒரு விஷயம் இருக்கும்போது மட்டும் அதை விட்டுவிடலாம் என்று கூறினார்.

27. அல் கௌலுல் ஜமீல் (அரபி)

ஆன்மிகத்தின் அடிப்படைத் தகுதிகள், ஆன்மிகத்தில் புதிதாக நுழைபவர்களை நெறிப்படுத்த ஒரு குருவுக்கு இருக்கவேண்டிய தகுதிகள் பற்றியெல்லாம் இதில் எழுதியுள்ளார். பல ஆன்மிகப் பாதைகளில் உள்ள பயிற்சிகள் பற்றியும் இந்நூல் பேசுகிறது.

திருமறை வசனங்களுக்கு இருக்கும் நோயைக் குணப்படுத்தும் தன்மையும் வலியுறுத்திக் கூறப்படுகிறது. தாயத்துகள் போட்டுக் கொள்வது அனுமதிக்கப்படுகிறது. கிட்டத்தட்ட எல்லா உடல் மற்றும் மனநோய்களையும் குணப்படுத்தும் திருமறை வசனங்களும் இந்நூலில் கொடுக்கப்பட்டுள்ளன. இது ஆன்மிகப் பாதையின் தலைவர்களாக இருப்பவர்களுக்கு மிகவும் பயன் தரக்கூடிய நூலாகும்.

28. அத்தஃப்ஹீமாத்துல் இலாஹிய்யா (அரபி மற்றும் பாரசீகம்)

சுருக்கமாக இந்நூல் தஃப்ஹீமாத் என்று அறியப்படுகிறது. அவ்வப்போது ஷாஹ் வலியுல்லாஹ்வுக்கு வந்த தெய்வீக உதிப்புகளை இந்நூல் பதிவு செய்கிறது. இந்நூலில் தகவலும் உண்டு, வாசகருக்கான உத்தரவுகளும் உண்டு. ஹுஜ்ஜத்துல்லாஹ் என்ற நூலுக்குப்பின் எழுதப்பட்டது இது. ஆன்மிகப் பாதையில் பயணம் செய்யும் ஆரம்பக் கட்ட மாணவர்களுக்குப் பயன்தரும் வகையில் ஆசிரியரின் அனுபவத்தில் உருவான பல கட்டுரைகள் கொண்ட நூல் இது. ஒவ்வொரு கட்டுரையும் ஆன்மிகப் பாதையின் ஒவ்வொரு படிநிலையைப் பற்றி விவரிக்கிறது. ஆன்மிகத்தில் அனுபவம் இல்லாதவர்களுக்கு இதில் சொல்லப்பட்டுள்ள விஷயங்களும் முடிவுகளும் நிச்சயம் புரியாது.

அஃபண்டி இஸ்மாயீல் என்பவருக்கு எழுதப்பட்ட கடிதத்தை முன்வைத்து இறைவனைப் பற்றிய மிக உயர்ந்த ஆன்மிகப் புரிதலான வஹ்தத்துல் உஜூத் (இருப்பதெல்லாம் ஒன்றே) மற்றும் வஹ்தத்துஷ் ஷுஹூத் (எல்லாம் அவனுக்கான சாட்சிகளே) ஆகிய விஷயங்கள் இதில் பேசப்படுகின்றன. இவ்விரண்டு தத்துவங்களையும் ஒரு கோட்டில் இணைக்கும் முயற்சியும் செய்யப்படுகிறது. இது முழுக்க முழுக்க ஆன்மிகப் பாதையில் ஈடுபட்டிருப்பவர்களுக்கானது மட்டுமே.

29. ஹம்'அத் (பாரசீகம்)

ஷாஹ் வலியுல்லாஹ்வே சொல்கிறபடி இந்நூல் ஹிஜ்ரி 1148 ஜமாத்துல் ஆஹிர் மாதம் (அக்டோபர்1735ல்) எழுதப்பட்டது. இஸ்லாமிய ஆன்மிகம் எவ்வாறு வரலாற்று ரீதியாக வளர்ச்சியடைந்தது என்பதைப்பற்றி இந்நூல் பேசுகிறது. அந்தக்கால சூஃபிகளுடைய ஆன்மிக அனுபவங்களையும், அவற்றைப்பற்றி அவர் என்ன நினைக்கிறார் என்பதையும்

எடுத்துரைக்கிறது. ஆன்மிகப் பாதையில் செல்லும் ஒருவருக்கு ஷரியத் எனப்படும் சட்டதிட்டங்களைக் கைவிடும் அல்லது மீறும் உரிமை கிடையாது என்பதை மிகத் தெளிவாகக் கூறுகிறார். ஆனால் ஆன்மிகத்தின் மிக உயர்ந்த நிலைக்குச் சென்ற ஒருவருக்குச் சில விஷயங்கள் கடைமையல்லாது போய்விடுகின்றன. ஆனால் அப்படிப்பட்ட உயர்நிலை வெகு சிலருக்கே வாய்க்கிறது. அப்படிப்பட்ட உயர்ந்த நிலைக்குச் சென்ற சிலரும் ஷரியத் சொல்லும் சட்டதிட்டங்களைக் கைவிடாமல் பின்பற்றியே இருக்கிறார்கள் என்பதையும் பதிவு செய்கிறார். இல்லையெனில் மார்க்கம் தவறாகப் புரிந்து கொள்ளப்பட்டு விடலாம்.

30. சத்'அத் (பாரசீகம்)

ஆன்மிகத்தத்துவம் பற்றிய நூல் இது. சின்ன நூலாக இருந்தாலும் எடுத்துக்கொண்ட விஷயம் பற்றி மிகவும் தெளிவாக இது எடுத்துரைக்கிறது. குறிப்பாக இறப்புக்குப் பிந்திய வாழ்க்கை பற்றியும், பிரபஞ்சத்தில் இறைவனின் தெய்வீக வெளிப்பாடு எவ்வாறு இருக்கிறது என்பது பற்றியும் பேசுகிறது.

31. லம்ஹாத் (அரபி)

இதுவும் ஆன்மிகம் தொடர்பான சிறிய கட்டுரையே. வுஜூத் (இருப்பு), ஷஹ்சல் அக்பர் (பிரபஞ்ச உடல்), ஹஸீரத்துல் குத்ஸ் (புனித கொட்டகை) போன்ற விஷயங்கள் பற்றிப்பேசுகிறது இது.

32. புயூசுல் ஹரமைன் (அரபி)

மக்கா மதினாவில் இருந்தபோது கனவுகள் மூலமாக ஷாஹ் வலியுல்லாஹ்வுக்குக் கிடைத்த ஆன்மிக அனுபவங்களை விவரிக்கும் புகழ்பெற்ற நூல் இது. ஆன்மிகப்பாதையில் செல்லும் ஆரம்பக் கட்டப் பயணிகளுக்குப் பெரிய அளவில் இந்நூல் உதவும். இதே விஷயம் பற்றி ஷாஹ் வலியுல்லாஹ் பல நூல்களை எழுதியுள்ளார்.

33. அல் ஹைரல் கஸீர் (அரபி)

தத்துவம் தொடர்பான இந்த நூல் 1739-லிருந்து 1747க்கு இடையிலான காலகட்டத்தில் எழுதப்பட்டுள்ளது. தத்துவம் என்பது ஷரியத்திலேயே உள்ளது என்று இதில் கூறுகிறார். இந்த

நூல் இரண்டு பேரால் உர்துவிலும் மொழிபெயர்க்கப் பட்டுள்ளது.

34. ஷரஹ் ஹிஸ்புல் பஹ்ர் (பாரசீகம்).

ஷாதுலி எனப்படும் புகழ்பெற்ற இறைநேசரால் கொடுக்கப் பட்ட ஹிஸ்புல் பஹ்ர் எனப்படும் புகழ்பெற்ற பிரார்த்தனைக்கான விளக்கக் குறிப்பு இது.

35. சுரூர் அல் மஹ்சூன் (பாரசீகம்)

இப்னு சய்யித் அன் நாஸ் என்பவரின் அரபி நூலின் பாரசீக மொழிபெயர்ப்பு இது.

36. ஷாஹ் வலியுல்லாஹ்கி சியாசீ மக்தூபாத் (பாரசீகம்)

பல செல்வாக்கான அரசியல் தலைவர்களுக்கும், குறிப்பாக முகலாய அரசர் அஹ்மத்ஷா அப்தாலிக்கும் ஷாஹ் வலியுல்லாஹ் எழுதிய கடிதங்களின் தொகுப்பு. இரண்டு பாகங்களாகத் தொகுக்கப்பட்ட கடிதங்களிலிருந்து தேர்ந்தெடுக்கப் பட்டவை இவை. முதல் பாகத்தில் 281 கடிதங்களும், இரண்டாம் பாகத்தில் 77 கடிதங்களும் உள்ளன. அவைகளில் 26 அரசியல் சார்ந்தவை. பேராசிரியர் நிஸாமி என்பவரால் அக்கடிதங்கள் பாதுகாப்பட்டுள்ளன.

மராத்தியர்கள், சீக்கியர்கள், ஜாட்டுகள் ஆகியோரால் நாட்டில் ஏற்பட்ட குழப்பங்களையும், கலவரங்களையும் பற்றி அக்கடிதங்களில் ஷாஹ் வலியுல்லாஹ் பேசுகிறார். அவர்களை உரிய முறையில் எதிர்க்கவில்லையெனில் முஸ்லிம் சமுதாயம் அழிந்து போய்விடலாம் என்றும் எச்சரிக்கிறார். இவற்றில் பல கடிதங்கள் அவரிடம் கேட்கப்பட்ட கேள்விகளுக்குப் பதில்களாக உள்ளன. அந்தக் காலச் சமுதாயத்தில் நடந்த நிகழ்வுகளுக்குச் சாட்சியாக இக்கடிதங்கள் உள்ளன. எனவே வரலாற்று ஆசிரியர்களுக்கு இவை மிகுந்த முக்கியத்துவம் வாய்ந்த கடிதங்கள்.

37. ஹயாத்-எ-வலியில் உள்ள கடிதங்கள் (அரபி)

ஹயாத்-எ-வலி என்ற நூலை எழுதிய ஆசிரியரிடம் இருந்த பதினோறு கடிதங்கள் இவை.

38. கலிமத்தே தய்யியாவில் உள்ள கடிதங்கள் (அரபி மற்றும் பாரசீகம்)

ஆன்மிகம் மற்றும் தத்துவம் தொடர்பான 24 கடிதங்கள். இவை மிர்ஸா மஸார் ஜஞ்ஜனான், க்வாஜா முஹம்மது அமீன், ஷா அபூ சயீத், ஷேக் இஸ்மாயில் பின் அப்துர் ரூமி போன்றோருக்கு எழுதிய கடிதங்கள்.

39. தீவானெ ஷாஹ் வலியுல்லாஹ்

ஷாஹ் வலியுல்லாஹ் ஒரு கவிஞரல்ல என்றாலும், அரபி, பாரசீகம் ஆகிய மொழிகளில் அவருக்கிருந்த ஆளுமையினால் மிக எளிதாக அவரால் அம்மொழிகளில் கவிதைகள் எழுத முடிந்தது. பரேலியைச் சேர்ந்த இஷாக் பின் முஹம்மது இர்ஃபான் என்பவரால் தொகுக்கப்பட்ட சில கவிதைகள் லக்னோவில் உள்ள நத்வத்துல் உலமா பயிற்சிப்பள்ளியின் நூலகத்தில் உள்ளன.

40. ஹயாத்தெ வலி மற்றும் கலிமத்துத் தய்யிபா

இவ்விரண்டு நூல்களிலும் ஷாஹ் வலியுல்லாஹ் எழுதிய பல பாரசீகக் கவிதைகள் உள்ளன. அவருடைய பாரசீக கஜல் கவிதைகள் பாரசீகத்தின் மாபெரும் கவிஞர்களோடு ஒப்பிடக்கூடியவையாக உள்ளன.

41. அஸ்ஸிர்ரல் மஹ்தூம் ஃபீ அஸ்பாப் தத்வீனல் உலூம் (அரபி)

முல்லா அமானுல்லாஹ், முல்லா ஷேர் முஹம்மத் என்ற ஷாஹ் வலியுல்லாஹ்வின் இரண்டு மாணவர்கள் கேட்டுக் கொண்டதற்கிணங்க இந்தச் சிறிய கட்டுரை எழுதப்பட்டது. அறிவின் கிளைகள் என்னென்ன என்பது பற்றிப் பேசுகிறது இக்கட்டுரை.

42. ரிஸாலயெ தானிஷ்மந்தி (பாரசீகம்)

கற்றுக்கொடுத்தல் மற்றும் எழுதுதல் தொடர்பான முறைகள் பற்றிய சிறிய நூல் இது. அவற்றைத் தன் தந்தையிடமிருந்தே தான் கற்றுக்கொண்டதாக ஷாஹ் வலியுல்லாஹ் கூறினார்.

43. வஸிய்யத் நாமா (பாரசீகம்)

ஷாஹ் வலியுல்லாஹ்வின் நம்பிக்கைகள் தொடர்பான சிறிய கட்டுரை இது.

44. ஹம’ஆத்

ஆன்மிகப் பாதையின் வரலாற்றைக் கூறும் கட்டுரை. 1148 / 1735ல் எழுதப்பட்டது. 1769-ல் முடிக்கப்பட்டதாகவும் சொல்லப்படுகிறது.

45. அல் முசஃப்பா ஃபீ ஆஹதீஸ் அல் முவத்தா (அரபி)

மாலிக்கி என்ற வழிமுறையை உருவாக்கிய இமாம் மாலிக் அவர்கள் எழுதிய முக்கிய நபிமொழித் தொகுப்பு நூலான முவத்தா என்ற நூலுக்கான விளக்க நூல் இது. ஷாஃபி ஹனஃபி என்ற இரண்டு தொழும் முறைகளுக்கும் இடையேயான வேறுபாடுகளுக்குள் ஒரு சமரசத்தை ஏற்படுத்த இந்நூல் முயல்கிறது. இமாம் அபூஹனிஃபா, இமாம் ஷாஃபி ஆகியோரின் கட்டளைகளை இந்நூல் அலசுகிறது. இதுதான் ஷாஹ்வலியுல்லாஹ்வின் இறுதி நூல் என்றும் சொல்லப் படுகிறது.

46. அல்தாஃப் அல் குத்ஸ் (அரபி)

ஆன்மிகப்பாதையில் செல்ல விரும்புகிறவர்களுக்காக ஷாஹ் வலியுல்லாஹ் எழுதிய நூல்.

47. அல் ஜுஸுல் லதீஃப்

அவரது சுய வாழ்க்கை வரலாறு

48. லம்’ஆத் (பாரசீகம்)

49. ஷஃப் அல் குலூப் (பாரசீகம்)

50. ஷரஹ் ருபாயியதைன் (பாரசீகம்)

51. ஃபத்ஹுல் வுதூத் லி ம’அத்ரிஃபதல் ஜுனூத் (அரபி)

52. அவாரிஃப் (அரபி)

53. சர்ஃப் மீர் (பாரசீகம்)

54. அல் இ’திஸாம் (அரபி)

55. ஹசிய்யா ரிசாலா லப்ஸெ அஹ்மார் (அரபி)

56. வரிதத் (அரபி)

57. நிஹாயத்தல் உசூல் (அரபி)

58. அல் அன்வார் அல் முஹம்மதிய்யா (அரபி)

59. ஃபத்ஹுல் இஸ்லாம் (அரபி)

60. ரிஸாலா தர் ரத்தெ ரவாஃபிஸ்

61. கஷ்ஃபுல் அன்வார் (அரபி)

62. அல் தன்பீர் அலா மா யஹ்தஜு இலாஹியல் முஹத்திஸ் வல் ஃபகீஹ் (அரபி)

63. அஃராபல் குர்'ஆன் (அரபி)

64. அஸ்ராரல் முஹத்திஸீன் (அரபி)

65. ரஸாலா ஃபீ மஸ்'அலா இல்முல் வாஜிப் (அரபி)

66. ரிஸாலா அல் தெஹ்லவி (அரபி)

67. அல் அன்ஃபாஸ் அல் முஹம்மதிய்யா (அரபி)

68. மன்சூர்

அவர் எழுதிய நூல்கள் இவ்வளவுதானா இன்னும் உள்ளதா என்று தெரியவில்லை. நிச்சயமாகத் தெரிந்த நூல்களின் பெயர்களையும் முடிந்தவரை அவைகளைப்பற்றிய சிறு குறிப்பையும் கொடுத்துள்ளேன்.

ஷாஹ் வலியுல்லாஹ்வின் எல்லா நூல்களும் அழிந்து விட்டாலும் 'ஃபத்ஹுர்ரஹ்மான்' மற்றும் 'ஹுஜ்ஜத்' ஆகிய இரண்டு நூல்கள் மட்டுமிருந்தால் போதும் அவருடைய நினைவையும் மேதையையும் அறிந்துகொள்ள முடியும் என்பது அறிஞர்களின் கருத்தாகும்.

ஷாஹ் வலியுல்லாஹ் அரபி, பாரசீகம் ஆகிய இரு மொழிகளிலும் நூல்கள் எழுதியிருந்தாலும் பாரசீகத்தில்தான் அதிகமாக எழுதியுள்ளார். ஏனெனில் அவர் காலத்தில் அதுதான் அதிகாரப்பூர்வ ஆட்சி மொழியாகவும், மக்கள் மொழியாகவும் இருந்தது. ஆனால் அவருக்கு ஹிந்தியும் நன்றாகத் தெரிந்திருந்தது. அவருடைய தந்தை ஹிந்தியில் கவிதை எழுதக்கூடியவராக இருந்தார்.

ஷாஹ் வலியுல்லாஹ் அரபியிலும் பாரசீகத்திலும் கவிதைகள் எழுதினார். கவிதைகளை 'அமீன்' என்ற புனைபெயரில் எழுதினார். ஆனாலும் அவரை ஒரு கவிஞர் என்று சொல்லிவிட முடியாது!

ஷாஹ் வலியுல்லாஹ் எந்த அளவுக்குப் புகழடைந்திருந்தாரெனில், பல அறிஞர்கள் பல புத்தகங்களை எழுதி, அவற்றை ஷாஹ் வலியுல்லாஹ் பெயரில் வெளியிட்டார்கள்! எனவே புத்தக எண்ணிக்கை தொடர்ந்துகொண்டே இருந்தது! ஆனால் நிச்சயமாக இது ஷாஹ் வலியுல்லாஹ் எழுதியதுதான் என்று உறுதி செய்யப்பட்ட 68 புத்தகங்களின் பெயர்களை மட்டுமே கொடுத்துள்ளேன்.

10

ஷாஹ்வலியுல்லாஹ்வின் மார்க்கச் சேவைகள்

ஷாஹ் வலியுல்லாஹ்வின் இஸ்லாமிய சேவைகள் என்று தனியாகச் சொல்லவேண்டிய அவசியமில்லை. ஏனெனில் அவரது வாழ்வே இஸ்லாத்துக்கான மகத்தான சேவையாகத்தான் இருந்தது. அவர் தனது வாழ்க்கை முழுவதையும் இஸ்லாத்துக் காகவே அர்ப்பணித்தார் என்று சொல்வது மிகையாகாது. அவை மக்கள் மனதில் ஆழமான தாக்கத்தை ஏற்படுத்தியது. மார்க்கத்தின் பலதரப்பட்ட பிரிவுகளைப்பற்றி அவர் விரிவாகத் தன் நூல்களின் மூலம் பேசியுள்ளார். அவரது சேவைகளைப் புரிந்துகொள்ள அவரது நூல்களே போதுமானவையாகும்.

திருமறை

முஸ்லிம் சமுதாயம் திருமறையை நோக்கித் திரும்பவேண்டும் என்று சமுதாயத்தை முதன்முதலில் அழைத்தவர் அவர்தான். அது எவ்வளவு அவசியம் என்றும், எப்படி திருக்குர்'ஆன் காலம் கடந்து நிற்கிறது என்றும், எப்படி அது மானிட வாழ்வில்

ஏற்படக்கூடிய எல்லாப் பிரச்னைகளுக்குமான தீர்வுகளைக் கொண்டுள்ளது என்றும் விளக்கினார். அந்த நோக்கத் தோடுதான் அவர் திருமறையைப் பாரசீக மொழியில் மொழி பெயர்த்தார். ஏனெனில் அதுதான் அந்தக்கால மக்கள் மொழியாக இருந்தது. அவரது மொழிபெயர்ப்புதான் இந்திய துணைக்கண்டத்தில் திருமறைக்கான முதல் மொழி பெயர்ப்பாகும்.

அந்தக் காரியமானது அவரது உயிருக்கே உலை வைக்கக்கூடிய அளவுக்குச் சென்றது. ஒருமுறை அவரைக் கொலை செய்ய முயற்சி மேற்கொள்ளப்பட்டது. ஆனால் இறையருளால் அதிலிருந்து அவர் தப்பித்தார். அவரைக் காஃபிர் (முஸ்லிமல்லாத அவநம்பிக்கையாளர்) என்று முத்திரை குத்தினார்கள். ஏனெனில் திருக்குர்'ஆனை அரபியல்லாத மொழியில் மொழிபெயர்ப்பதானது ஒரு பாவமாகவும், அதன் தெய்வீகத்தன்மைக்கு இழிவு செய்வதாகவும் கருதப்பட்டது.

ஷாஹ் வலியுல்லாஹ்வின் திருமறை மொழிபெயர்ப்பில் அதன் பக்கங்களின் விளிம்புகளில் திருமறை வசனங்கள் பற்றிய சில குறிப்புகளை ஆங்காங்கே கொடுத்துள்ளார். அவைகள் மிகத்தெளிவானவை மட்டுமல்ல, நவீனக்காலத்தின் தேவைக ளுக்கு ஏற்றவகையில் அமைந்துள்ளது குறிப்பிடத்தக்கது. எனவே திருமறையை மொழிபெயர்க்கலாம் என்ற விஷயத்துக்கு அடித்தளம் அமைத்துக் கொடுத்தவர் ஷாஹ் வலியுல்லாஹ்தான்.

திருமறையின் இரண்டாம் மற்றும் இறுதி இரண்டு பாகங்களின் நான்கில் ஒரு பங்கை ஷாஹ் வலியுல்லாஹ்வின் மூத்த மகனான ஷாஹ் அப்துல் அஸீஸ் பாரசீகத்தில் மொழிபெயர்த்தார். அவர் கொடுத்த விளக்க உரைகள் அந்தக்கால மக்களின் சந்தேகங்களைப் போக்குவதாக இருந்தது.

இன்னொரு மகனான ஷாஹ் அப்துல் காதிர் திருமறையைச் சுருக்கமான விளக்கக் குறிப்புகளுடன் உர்துவில் மொழி பெயர்த்தார். ஏனெனில் உர்துதான் மக்கள் மொழியாக உருவாகி வளர்ந்திருந்தது. பாரசீகம் ஆட்சியாளர்களின் மொழியாகவே இருந்தது. 'மூதிஹெ குர்'ஆன்' என்று அவர் அதற்குப் பெயரிட்டார்.

ஷாஹ் ரஃபியுத்தீன் என்ற மகன் திருமறையை விளக்கக் குறிப்புகள் ஏதுமின்றி அப்படியே வசனத்துக்கு வசனம் என்ற

வகையில் உர்து மொழிபெயர்ப்பு ஒன்றை வெளியிட்டார். இப்படித்தான் திருமறைக்கான மொழிபெயர்ப்புகள் தொடங்கின. திருமறையைச் சாதாரண மக்கள் புரிந்து கொள்வதற்கு வழிசெய்யப்பட்டது. திருமறைக்கான மொழி பெயர்ப்பை இவ்வுலகில் முதன்முதலில் ஷாஹ் வலியுல்லாஹ்வும் அவரது மகன்களும்தான் செய்துள்ளனர் என்று சொன்னால் அது மிகையாகாது.

திருமறையை விளக்க உரைகள் ஏதுமின்றித்தான் படிக்க வேண்டும் என்று ஷாஹ் வலியுல்லாஹ் வலியுறுத்தினார். மாணவர்களுக்கு விளக்க உரைகள் கொடுத்துக் கொண்டிருந்தால் எல்லா நேரமும் அதிலேயே போய்விடும். இறைவனின் வார்த்தைகளைப் பற்றிச் சொந்தமாக யோசிக்கும் வாய்ப்பே கிடைக்காது என்று ஷாஹ் வலியுல்லாஹ் கருதினார். அதோடு திருமறையின் ஞானமானது எல்லாக் காலத்துக்கும் பொருந்தும் வகையில் புதிது புதிதாக வந்துகொண்டே இருக்கும். இது நியாயத் தீர்ப்பு நாள்வரையில் தொடரும். எனவே திருமறையை விளக்க உரைகள் இன்றியே படிக்கவேண்டும் என்று ஷாஹ் வலியுல்லாஹ் கருதினார்.

ஷாஹ் வலியுல்லாஹ் தன் மாணவர்களுக்கு முதலில் திருமறையைத்தான் சொல்லிக் கொடுத்தார். அதன் பின்னர் நபிமொழிகளைக் கற்பித்தார். திருமறையைப் புரிந்துகொள்ள மார்க்க அறிஞர்களால் சொல்லப்படும் கடினமான விதிகளை யெல்லாம் பின்பற்றத் தேவையில்லை என்றார். இமாம் மாலிக் அவர்களின் ‘முவத்தா’ என்ற நபிமொழித் தொகுப்புக்கு ‘அல் முசவ்வா’ என்று அரபியிலும், ‘அல் முசஃப்பா’ என்று பாரசீகத்திலும் இரண்டு விளக்க உரைகள் எழுதினார்.

நபிமொழித் தொகுப்புகளான முவத்தா, சஹீஹ் புகாரி, சஹீஹ் முஸ்லிம் ஆகிய மூன்றுக்கும் ஷாஹ் வலியுல்லாஹ் முதலிடம் கொடுத்தார். திர்மிதி, அபூதாவூத், நசயீ ஆகியவற்றுக்கு இரண்டாமிடத்தையும் மற்றவைகளுக்கு மூன்றாம் இடத்தையும் கொடுத்தார்.

சட்டவியலைப் பொறுத்தவரை ஷாஃபி, ஹனஃபி இரண்டு வழிமுறைகளையும் இணைக்கவேண்டும் என்று விரும்பினார். அதில் பிரச்னை வருமானால் முவத்தாவை கலந்து முடிவு செய்துகொள்ளலாம் என்றும் சொன்னார். அதை ஆராயாமல் சொந்தமாக முடிவு செய்வது கூடாது என்றும் கருதினார்.

சூஃபித்துவம் பற்றிய நூல்கள் ஆன்மிகப்பாதையில் செல்பவர்களுக்கு அமுதமாகவும், பாமர மக்களுக்கு விஷமாகவும் போய்விடும் என்று எச்சரித்தார். உண்மையை விளக்குவதில் பல சூஃபிகள் குழப்பத்தை ஏற்படுத்தி விட்டார்கள். அது தொடர்பாக சரியானவற்றைத் தெரிந்துகொள்ள விரும்புவோர் தான் எழுதிய 'அல்தாஃப் அல் குத்ஸ்' நூலைப்படிக்கும்படிச் சொன்னார்.

11

சில்சிலா எனப்படும் குடும்பத்தொடர்

ஷாஹ் வலியுல்லாஹ்வின் குடும்பத்தொடர் இஸ்லாத்தின் இரண்டாம் கலீஃபா ஹஸ்ரத் உமர் ஃபாரூக் அவர்களிடம் சென்று முடிவடைகிறது.

1. ஹஸ்ரத் உமர் ஃபாரூக்
2. அப்துல்லாஹ்
3. அஃபான்
4. சுலைமான்
5. குறைஷ்
6. ஹுமாயூன்
7. ஹாமான்
8. உஸ்மான்
9. முஹம்மது ஷஹர் யார்
10. அஹ்மத்
11. ஜர்ஜிஸ்

12. ஃபாரூக்
13. ஆதில் மாலிக்
14. உமர் ஹகீம்
15. அப்துல் ஃபத்ஹ்
16. முஹம்மது அதா மாலிக்
17. ஷேர் மாலிக்
18. ஷம்ஸுத்தீன் முஃப்தி
19. கமாலுத்தீன்
20. குத்புத்தீன்
21. அப்துல் மாலிக்
22. காஸி கபீர்
23. காஸி காசிம்
24. காஸி கதான் என்ற கவ்வாமுத்தீன்
25. மஹ்மூத்
26. அஹ்மத்
27. மன்சூர்
28. முஆஸம்
29. வஜீஹுத்தீன்
30. ஷாஹ் அப்துர்ரஹீம், ஷாஹ் வலியுல்லாஹ்

உதவிய நூல்கள் மற்றும் கட்டுரைகள்

நூல்கள்

1. Life of Shah Waliullah. G.N.Jalbani. Pub. S.H.Muhammd Ashraf, Pakistan.
2. Shah Wali Allah A Saint&Scholar of Muslim India. A.D. Muztar. Pub. National Commission on Historical and Cultlural Research, Islamabad, 1079.
3. Saviours of Islamic Spirit. Vol 4. Syed Abul Hasan Ali Nadwi. Academy of Islamic Research & Publications.Lucknow, 2004.
4. Pakistan Studies. National Book Foundation. Ministry of Federal Education and Professional Training, Govt of Pakistan.
5. Hazrat Shah Waliullah. Syed Khasim Mahmood. Nazriya Pakistan Trust. Urdu.
6. Shah Waliullah Aur Tasawwuf (Shah Waliullah and Sufism). Dr. Syed Aleem Shar Jasee. Urdu.
7. Al Fauzl Kabir. Tr. Jalbani. National Hijra Council, Islamabad, Pakistan, 1985

கட்டுரைகள்

1. Shah Waliullah, Islamic Scholar. Story of Pakistan.
2. Shah Waliullah Dehlawi. Encylopaedia of Word Biography, Encyclopeida.com
3. Shah Waliullah and His Contribution to Islamic Education. PhD Thesis by Sayyida Maimoona. Dept of Islamic Studies, Aligarh Muslim University, Aligarh, 2002.
4. Shah Waliullah: The Pioneer Thinker of the Modern World. Dr Muhammadullah Khalili Qasmi
5. Studying Islam: Shah Waliullah. (studying&islam.org)

6. Shah Wali Allah (Qutb al&Din Ahmad al&Rahim) (1703&62). Hafiz A. Ghaffar khan. From the Routledge Encyclopedia of Philosophy. General Editor Edward Craig, Churchill College, University of Cambridge, UK.
7. Shah Waliullah and His Theories. Malik Ahmer Shamim.
8. shahidhraja.medium.com/shah-wali-ullah-contributions-and-controversies-a96660fdd719
9. swarajyamag.com/culture/panipat-a-failed-attempt-to-revive-islamic-supremacy-in-india
10. Shah Waliullah. https://historypak.com/shah-waliullah/

நாகூர் ரூமி

'அடுத்த விநாடி' என்ற நூலின்மூலம் லட்சக்கணக்கான வாசகர்களைப் பெற்ற நாகூர் ரூமியின் இயற்பெயர் ஏ.எஸ். முகம்மது ரஃபி. ஆம்பூரில் மஸ்ஹருல் உலூம் கல்லூரியின் ஆங்கிலத் துறைத்தலைவராகப் பணியாற்றியவர். ஹோமர் எழுதிய 'இலியட்' எனும் மாபெரும் கிரேக்கக் காவியத்தைத் தமிழில் மொழிபெயர்த்திருப்பவர். கம்பனையும் மில்டனையும் ஒப்பாய்வு செய்து டாக்டர் பட்டம் பெற்றவர். நிஜாமுத்தீன் அவ்லியா, குணங்குடி மஸ்தான் சாஹிப், ஹஸ்ரத் ஆஸாத் ரஸூல் உள்ளிட்ட இந்திய சூஃபிகளைத் தொடர்ச்சியாக அறிமுகம் செய்து வருகிறார். இதுவரை 66 நூல்கள் எழுதியிருக்கிறார்.

அடுத்த விநாடி

நாகூர் ரூமி

இந்த விநாடியில் நீங்கள் செய்யும் செயல்களின் விளைவே அடுத்த விநாடி உங்கள் வாழ்க்கையைத் தீர்மானிக்கிறது. உங்களின் 'இந்த விநாடி'யை அர்த்த முள்ளதாக்க இந்நூல் மிகச் சிறப்பாக உதவுகிறது. அதன் மூலம் உங்கள் அடுத்த விநாடி தொடங்கி வெற்றிப் பாதையில் நடைபோட வழிகாட்டுகிறது.

ISBN: 978-81-8368-003-5

ஆல்ஃபா தியானம்

நாகூர் ரூமி

ஆல்ஃபா என்பது ஓர் அறிதல் முறை.
ஆச்சர்யமூட்டத்தக்க வகையில் உங்கள் இயல்புகளை
மேன்மைப்படுத்தி, வாழ்வையே வண்ணமயமாக்கிவிடக்கூடிய
ஒரு சிம்பிள் தியானம். முயற்சி செய்து பாருங்கள்!
வியந்துபோவீர்கள்.

ISBN: 978-81-8368-419-4

ஹோமரின் இலியட்
நாகூர் ரூமி

காதலும் வீரமும்தான் காவியத்தின் இரு கண்கள் என்பதை இலியட்டில் இருந்தே உலகம் கற்றது. ஒரு பெண்ணும், அவளுக்காக நடக்கிற யுத்தமும்தான் கதை என்று ஒருவரியிலும் சொல்லிவிடலாம்; ஒப்பற்ற பேரழகுப் புதையலான ஹோமரின் கவித்துவத்தைப் பக்கம் பக்கமாகவும் வருணிக்கலாம்.

ISBN: 978-81-8368-280-0

காமராஜ்

நாகூர் ரூமி

நவீன இந்திய வரலாற்றின் குறிப்பிடத்தக்க ஆளுமைகளுள் ஒருவர் காமராஜர். தமிழகத்தில் அவர் கொண்டுவந்த சீர்திருத்தங்களில் தொடங்கி தேசிய அளவில் அவர் ஏற்படுத்திய மாற்றங்கள் வரை அனைத்தும் இதில் உள்ளன.

ISBN: 978-81-8368-024-0

நீங்கள் விரும்பும் புத்தகம் உங்கள்
வீடு தேடி வர அழையுங்கள்

Dial for Books

94459 01234 | 9445 97 97 97

WhatsApp No: 95000 45609

dialforbooks.in | amazon.in | flipkart.com

KizhakkuToday.in

ஒரு புதிய இணைய இதழ்